പക്ഷിപ്പേടിയുടെ കാലം

stories
pakshippediyude kalam

●

chandrababu panagadu

●

first edition
may 2016

●

typesetting & published
chintha publishers, thiruvananthapuram

●

●

cover
ambish

●

വിതരണം

ദേശാഭിമാനി ബുക്ക് ഹൗസ്

H O തിരുവനന്തപുരം–695 035
phone: 0471-2303026, 6063026
www.chinthapublishers.com
chinthapublishers@gmail.com

ബ്രാഞ്ചുകൾ

ഹെഡ്ഡാഫീസ് ബ്രാഞ്ച് കുന്നുകുഴി ● സ്റ്റാച്യു തിരുവനന്തപുരം ● കെ എസ്
ആർ ടി സി ബസ് സ്റ്റേഷൻ ആലപ്പുഴ ● കെ എസ് ആർ ടി സി ബസ്
സ്റ്റേഷൻ എറണാകുളം ● മച്ചിങ്ങൽ ലെയ്ൻ തൃശൂർ ● ഐ ജി റോഡ് കോഴി
ക്കോട് ● മാവൂർ റോഡ് കോഴിക്കോട് ● എൻ ജി ഒ യൂണിയൻ ബിൽഡിങ്ങ്
കണ്ണൂർ ● സെൻട്രൽ ബസ് ടെർമിനൽ കോംപ്ലക്സ് താവക്കര കണ്ണൂർ

CO - 2349 / 3884
ISBN - 978-93-86112-14

പക്ഷിപ്പേടിയുടെ കാലം

കഥകൾ

ചന്ദ്രബാബു പനങ്ങാട്

ചിന്ത പബ്ലിഷേഴ്സ്
തിരുവനന്തപുരം-695 035

ചന്ദ്രബാബു പനങ്ങാട്

പന്തളത്ത് പനങ്ങാട് എന്ന സ്ഥലത്ത് 1960 ൽ ജനനം. അച്ഛൻ : കുഞ്ഞൻപിള്ള, അമ്മ : കാർത്ത്യായനിയമ്മ. പോസ്റ്റൽ വകുപ്പിൽ ജോലി ചെയ്യുന്നു.

കൃതികൾ: *അമ്മകണ്ട കര, മെഗാഷോ, കർക്കിടകവാ വിൽ രാമൻ (കഥകൾ), ഇരുൾ പെയ്യുന്ന സൂര്യൻ, വിട്ടുപോ യതു പൂരിപ്പിക്കാൻ ദൈവത്തിനൊരവസരം, വിലയിടു ന്നതിലെ സൂത്രവാക്യങ്ങൾ (നോവൽ).*

ഭാര്യ	:	ഉഷാകുമാരി
മക്കൾ	:	ഇന്ദുജ, ശരത്
വിലാസം	:	സാരംഗി, മേല്യൂട്
		അടൂർ
ഫോൺ	:	9496147801

ഉള്ളടക്കം

പ്രസാധകക്കുറിപ്പ്

മരണവും അജ്ഞാതമായ ഭീതിയും കലാപങ്ങളുടെ സ്പർശങ്ങളും കഥകളിൽ എന്തുകൊണ്ട് വന്നു നിറയുന്നു എന്നു നാം ചോദിച്ചുപോകും; ചന്ദ്രബാബു പനങ്ങാടിന്റെ *പക്ഷിപ്പേടിയുടെ കാലം* എന്ന സമാഹാരത്തിലൂടെ കട ന്നുപോകുമ്പോൾ. താൻ ജീവിച്ച കാലത്തിന്റെ ഫോസ്സി ലുകൾ ഉള്ളിൽ പേറിയാവും ഏതൊരു മനുഷ്യന്റെയും പ്രയാണം. അവിടെ യഥാതഥാവിഷ്കാരമല്ല ഭാവനയുടെ വിചിത്ര സഞ്ചാരങ്ങളാണുണ്ടാവുക. രചനയിലെ പരീക്ഷ ണങ്ങൾ കൊണ്ടു സ്പന്ദിക്കുന്ന കഥകളാണീ സമാഹാര ത്തിൽ. മനുഷ്യ ദുരന്തങ്ങളുടെ നേർക്കാഴ്ചകൾ ത്രിമാന മായ പ്രതലത്തിൽ സൃഷ്ടിക്കുന്ന വിഭ്രാന്തിപോലെ അസ്വ സ്ഥത സൃഷ്ടിക്കുന്ന കഥകൾ.

ചിന്ത പബ്ലിഷേഴ്സ്

പൊടിക്കാറ്റിലെ ആൾരൂപങ്ങൾ

പ്രഭ എഴുതി അയച്ചതെല്ലാം അവനു വഴങ്ങാത്ത ദില്ലിപ്പകലുക ളെക്കുറിച്ചായിരുന്നു.

"ഞാൻ വരണ്ടു പൊടിഞ്ഞുപോകുമെന്നു തോന്നുന്നു. നമ്മുടെ ഫാക്ടറി അതിന്റെ ഒടുങ്ങാത്ത മുഴക്കങ്ങൾ കേൾപ്പിച്ച് എന്നെ പ്രീതി പ്പെടുത്താൻ ശ്രമിക്കുന്നു. ഓരോ രാവും അസ്തമിക്കുന്നത് എന്നെ ഈ ഇരുട്ടുപാതയിലേക്കു വലിച്ചിറക്കാനായി മാത്രമാണ്. ഇനി രണ്ടാ ഴ്ചകൂടി ഈ ഡെപ്യൂട്ടേഷൻ. ഞാൻ ഉടനെ തിരിച്ചുവരുന്നുണ്ട്. മതി യായി. ചില അലവൻസുകൾ പെരുപ്പിക്കുന്ന ശമ്പളംതേടി ഈ വേനലി ലേക്കു ഇനി ഞാനില്ല."

ഓരോ വർഷവും ദില്ലിയിലേക്കു പോകാൻ തയ്യാറാകുമ്പോൾ പ്രഭ ഈ ദുരനുഭവങ്ങളെ സൗകര്യപൂർവ്വം മറക്കുന്നു. ഡെപ്യൂട്ടേഷൻ തര മാക്കാൻ അവൻ ഏതു മാർഗ്ഗവും അവലംബിക്കും. ഓരോ തവണയും അവൻ ദില്ലിയെക്കുറിച്ചു മുമ്പു പറഞ്ഞിട്ടുള്ള കാര്യങ്ങൾ ഞങ്ങൾ ഓർമ്മി പ്പിക്കാറുണ്ട്. യാത്രയിൽനിന്നും പിന്തിരിയാതെ അപ്പോഴൊക്കെ അവൻ വിശദീകരണം നല്കും.

"ദില്ലിയിലുള്ള സഹോദരന്മാരോടൊപ്പം കഴിയാൻ മാത്രമാണ് കമ്പനി ചെലവിൽ ഞാൻ പോകുന്നത്."

അവന്റെ മൂന്നു സഹോദരന്മാരും ദില്ലിയിലാണ്. ആർമ്മിയിലെ ക്യാപ്റ്റനും, ഇരട്ടകളായ അനുജന്മാരും.

"പക്ഷേ നീ ഇഷ്ടപ്പെടാത്ത ദില്ലിയിൽ...."

ഇപ്പോൾത്തന്നെ ശവങ്ങളുടെ മ്യൂസിയങ്ങൾ സ്ഥാപിക്കാൻ ദില്ലി യിൽ തീരെ സ്ഥലമില്ല. ഇനിയും നേതാക്കൾ മരിക്കാനായി കാത്തിരി ക്കുകയും.....

എന്നിട്ടും നീ അവിടേക്ക്?

ശക്തമായ നാലു തൂണുകളിൽ താങ്ങുന്ന ഗോപുരത്തെക്കുറിച്ചു പ്രഭ പറഞ്ഞു: "ആ പ്രകാശഗോപുരം, ഞങ്ങളുടെ കുടുംബം, ചുമലുക ളിൽ താങ്ങി ഞങ്ങൾ നാലു തൂണുകളായി ഉറച്ച അസ്തിവാരത്തിലേക്കു വേരുകളാഴ്ത്തി നില്ക്കുന്നു. വർഷത്തിലൊരിക്കൽ ഏതാനും ആഴ്ച കളിലേക്കെങ്കിലും ഞങ്ങൾ ഒന്നിച്ചുകഴിയട്ടെ."

പ്രഭയുടെ ദില്ലിക്കത്തുകൾ ഞങ്ങൾക്ക് മറക്കാനാവാത്ത അനുഭവ ങ്ങളാണ്.

"കൂട്ടരേ, ഉഷ്ണവാതത്തിൽ ഞാനിന്ന് ആൾരൂപങ്ങൾ കണ്ടു. ഇല പേരാതെ കത്തിനില്ക്കുന്ന മരങ്ങൾക്കുമീതെ ഉലഞ്ഞാടുന്ന പൊടിക്കാ റ്റിലെ രൂപങ്ങൾ മായുകയും തെളിയുകയും ചെയ്തുകൊണ്ടിരുന്നു. എനിക്കു നാട്ടിലേക്കു തിരിച്ചുവന്നേ പറ്റൂ. എന്റെ ക്യാപ്റ്റൻചേട്ടനും ഇവി ടംവിട്ടു."

അതായിരുന്നു ഇന്നലെ വന്ന കത്ത്.

ഇടവഴിയിലൂടെ ഞങ്ങൾക്കൊപ്പം പൊടിക്കാറ്റും സഞ്ചരിച്ചു. പ്രഭ യുടെ ദില്ലിയിലെ ആൾരൂപങ്ങൾ വളരുന്ന പൊടിക്കാറ്റുതന്നെയോ ഇത്. ഇത് കേരളമാണെന്ന സത്യംപോലും ഞങ്ങൾ മറന്നുപോയി. പുഴിമ ണ്ണിൽ പുതഞ്ഞുകിടക്കുന്ന പാറക്കല്ലുകളും ശ്മശാനവും വഴിയുടെ പടി ഞ്ഞാറുഭാഗത്ത് സമാന്തരമായി ഒഴുകുന്ന കനാലും കണ്ടപ്പോൾ വഴി പോക്കൻ പറഞ്ഞുതന്ന അടയാളങ്ങൾ വ്യക്തമായി. പ്രഭയുടെ വീട്. ആറുമണിക്കൂർ നീണ്ട ബസ് യാത്ര ഞങ്ങളെ തളർത്തിയിട്ടുണ്ട്.

രാവിലെ ഫോണെടുത്തത് ജോസഫായിരുന്നു. രവിയെയുംകൂട്ടി എന്റെ മുറിയിലെത്തി അവൻ തിടുക്കംകാട്ടി.

"പ്രഭയുടെ സഹോദരൻ ദില്ലിയിൽ മരിച്ചു. വേഗം അവന്റെ വീട്ടി ലെത്തണം. ബസ് യാത്രയിലുടനീളം ഞങ്ങൾ ഒരേ ചോദ്യം ചോദിച്ചു കൊണ്ടിരുന്നു–

"ആരായിരിക്കും ആ മരിച്ച സഹോദരൻ?"

ഒരുപക്ഷേ ക്യാപ്റ്റനോ?

രവി തറപ്പിച്ചു പറഞ്ഞു. "നമ്മുടെ ക്യാപ്റ്റന് ഒരിക്കലും മരിക്കാനാ വില്ല കൂട്ടരേ."

പ്രഭ ഓരോ തവണ ദില്ലിയിൽ പോയി വരുമ്പോഴും ഞങ്ങൾക്കായി പ്രത്യേക വിസ്കിക്കുപ്പികൾ കൊടുത്തയച്ചിട്ടുള്ള ക്യാപ്റ്റൻ. ക്യാപ്റ്റന്റെ ഭംഗിയുള്ള കൈയൊപ്പിട്ട കുപ്പികൾ എത്രവേണമെങ്കിലും ഞങ്ങളുടെ മുറികളിൽ കിടപ്പുണ്ട്. ഇല്ല. ക്യാപ്റ്റൻ മരിക്കില്ല. അപ്പോൾ റെഡിമെയ്ഡ് കയറ്റുമതി സ്ഥാപനത്തിലെ ഇരട്ട സഹോദരന്മാരിൽ ഒരാൾ.....

ഞാൻ ജോസഫിനെ ശകാരിച്ചു. "ആ ഫോൺകോൾ ശരിക്കു കേട്ടി രുന്നെങ്കിൽ ജോസപ്പേ ഈ ബുദ്ധിമുട്ടുണ്ടാകുമായിരുന്നോ?"

ഫോൺ കട്ടായതാണെന്നു ജോസഫ്. അല്ലെങ്കിൽത്തന്നെ ആരു മരിക്കണമെന്നു നാം തീരുമാനിക്കുന്നതെന്തിന്?

ഇരട്ടകളിൽ സനൽ മരിച്ചെന്നു ഞങ്ങൾ വിശ്വസിക്കാൻ തുടങ്ങി. ആ മരണം സുനിലിന് എത്ര ദുഃഖമുണ്ടാക്കും. ക്യാപ്റ്റനോ പ്രഭയോ അത്രയ്ക്കു ദുഃഖിക്കുമെന്നു തോന്നുന്നില്ല. സുനിലിന് സഹപ്രവർത്ത കനായ ഡിസൈനർ മാത്രമല്ല സനൽ. ഒരേ ഗർഭപാത്രത്തിൽ ചേർന്നു കിടന്ന്, ഒരേ വെളിച്ചത്തിലേക്കു കണ്ണു തുറന്ന്, ഒരുപോലെ വളർന്ന് ഒരേ കമ്പനിയിൽ തൊഴിൽ ലഭിച്ച്....

അതു വളരെ കഷ്ടം തന്നെ. സനലായാലും സുനിലായാലും ഒരാൾ മരിച്ചാൽ മറ്റെയാൾ, അല്ല മറ്റെ പാതി മനുഷ്യൻ, മറ്റെ പാതി...ഗണിത വിദ്യ തീരെ അറിയാത്തവരെപ്പോലെ ഞങ്ങൾ കൂട്ടിയും കിഴിച്ചും തെറ്റായ ഉത്തരങ്ങളുമായി ആറു മണിക്കൂർ കഴിച്ചുകൂട്ടി. പൊടിക്കാറ്റ് ഞങ്ങളെ ഉണർത്തി.

നരച്ച മുടിയിലൂടെ വിരലുകളോടിച്ചുകൊണ്ട് പ്രഭയുടെ അച്ഛൻ ഞങ്ങളുടെ അടുത്തേക്കുവന്നു. "രാവിലെ ഫോൺവന്നു. നേരം വെളു ക്കുംമുമ്പ് സഫാരിസൂട്ടു ധരിച്ച രണ്ടുപേർ ചേർന്ന് ശവം ഒരു കുറ്റിക്കാ ട്ടിലേക്കു വലിച്ചിഴയ്ക്കുകയായിരുന്നു. ബഹളംവച്ച ചേരിനിവാസികൾക്കു നേരെ തോക്കുചൂണ്ടി ഭീഷണിപ്പെടുത്തിയിട്ട് അവർ ഓടിപ്പോയി."

വിവരണംകേട്ട് ഞങ്ങൾ മൂവരും അന്ധന്മാരുടെ യാത്രപോലെ ഒരു ചോദ്യം നിലത്തുന്നി മുന്നേറാൻ ശ്രമിച്ചു.

'പക്ഷേ അച്ഛാ ആരാണ് മരിച്ചത്?'

ഞങ്ങൾ ആ ചോദ്യം ചോദിക്കുംമുമ്പുതന്നെ വൃദ്ധൻ കാർപോർ ച്ചിലെ കസേരകളിലൊന്നിലേക്കു തളർന്നിരുന്നു. അദ്ദേഹം കൈത്തല ങ്ങളിൽനിന്നും മുഖമുയർത്തി ഞങ്ങളോടു ചോദിച്ചു.

" നിങ്ങൾക്കറിയാമോ, ആരാണ് മരിച്ചത്? എന്റെ ഏതു മകൻ?"

ആ വീടിന്റെ ഉള്ളറകളിൽനിന്നും മനുഷ്യർ പുറത്തേക്കുവരാൻ തുടങ്ങി. പ്രഭയുടെ ഏതു സഹോദരനാണ് മരിച്ചതെന്നറിയാവുന്ന മൂന്നു പേർ ഇതാ നില്ക്കുന്നു എന്ന വിശ്വാസത്തോടെ എല്ലാവരും ഞങ്ങളെ നോക്കിനിന്നു.

അകന്നു മാറിനിന്ന ഒരാളോടു രവി ചോദിച്ചു.

"ക്യാപ്റ്റൻചേട്ടനെ ബന്ധപ്പെട്ടോ?"

അതു ചോദിക്കുമ്പോൾ ക്യാപ്റ്റൻ കൊല്ലപ്പെട്ടില്ല എന്ന ഉത്തമബോ ദ്ധ്യമുള്ളതുപോലെയായിരുന്നു.

"അവൻ ഒരാഴ്ചയായി നാട്ടിലുണ്ട്."

ശബ്ദം താഴ്ത്തി ആ മനുഷ്യൻ ജനാലയിലൂടെ അകത്തേക്കു വിളിച്ചു.

ക്യാപ്റ്റനെ ഞങ്ങൾ ആദ്യമായി കാണുകയാണ്. ഞങ്ങളെ മദ്യ ക്കുപ്പികളുടെ ലേബലിലൂടെ ഭംഗിയായി ഒപ്പിടാൻ പരിശീലിപ്പിച്ച ക്യാപ്റ്റൻ. ചീട്ടുകളും തീപ്പെട്ടിക്കൊള്ളികളും സിഗരറ്റുതുണ്ടുകളും നിറഞ്ഞ മുറി ഒരു യുദ്ധക്കളമായി മുന്നിൽ. അവിടെ, തീപിടിച്ച കണ്ണുക ളോടെ ഒരു ദീർഘകായൻ ഉയർന്നുവന്നു. ഞങ്ങളുടെ കൈകൾ കൂട്ടി

പ്പിടിച്ച് സ്വന്തം മുഖം ആ കൈക്കുട്ടത്തിലാഴ്ത്തി ഒരു ക്യാപ്റ്റനു ചേരാ ത്തവിധം അയാൾ നിലവിളിച്ചു.

"എടാ, പോയില്ലേടാ എന്റെ അനുജൻ, ഞാനവിടെ ഉണ്ടായിരുന്നെ ങ്കിൽ..."

എങ്കിൽ ക്യാപ്റ്റൻ ദില്ലിയിലെ സഫാരിസൂട്ടുകാരെ മുഴുവൻ കൊന്നൊടുക്കിയേനെ എന്നു ഞാൻ ചിന്തിച്ചു. നിലവിളിയുടെ ഒടുക്കം ഞങ്ങളുടെ കൈകളെ സ്വതന്ത്രമാക്കിയിട്ട് ക്യാപ്റ്റൻ പരിചയപ്പെട്ടു.

"ഫോട്ടോ കണ്ടിട്ടേയുള്ളൂ അനിയന്മാരേ. ഇപ്പോൾ നേരിട്ടു കണ്ട ല്ലോ. ഭാഗ്യം."

ക്യാപ്റ്റൻ, ഈ ഭാഗ്യത്തെക്കുറിച്ചു പറയാതിരിക്കുക.

അപ്പുറത്ത് ഹാളിൽ ഫോൺ തുടർച്ചയായി മണിമുഴക്കി. ക്യാപ്റ്റൻ ഓടിച്ചെന്നു. വളരെ പതിഞ്ഞ സ്വരത്തിലുള്ള സംസാരത്തിനുശേഷം തിരിച്ചെത്തി. ഞങ്ങളെ നോക്കി, തുറന്നുകിടന്ന വാതിലിലും ജനാലക ളിലും തിക്കിക്കൂടുന്ന മുഖങ്ങളോട് ക്യാപ്റ്റൻ പറഞ്ഞു.

"സനൽ മരിച്ചു."

എല്ലാ മുഖങ്ങളും പ്രതിവചിച്ച ആ രണ്ടു വാക്കുകൾ ഉഷ്ണക്കാ റ്റിന്റെ ഇരമ്പമായി. കൊച്ചുകൊച്ചു വർണ്ണക്കടലാസുകൾ തൂക്കിയിട്ട അല ങ്കാരപ്പന്തലിൽ ഇരട്ടക്കുട്ടികൾ ഓടിനടക്കുന്നത് വൃദ്ധനായ അച്ഛൻ കാണുകയാണ്. അവരിൽ ഒരാൾ മരിക്കുക.

"എനിക്കിതു സഹിക്കാൻ വയ്യല്ലോ മക്കളേ...."

അല്ലെങ്കിൽ ആർക്കാണതു കഴിയുക? വിതുമ്പുന്ന ഇടനാഴികൾ. അലറിവിളിക്കുന്ന അകത്തളം. ആ വീടു നിറഞ്ഞു കരയുന്നു.

സനലേ.....സനലേ...

അസ്തിവാരത്തിന്റെ ഉറപ്പിലേക്കു വേരൂന്നി പ്രകാശഗോപുരം താങ്ങി നിർത്തുന്ന തൂണുകളിലൊന്ന്.

അതായിരുന്നല്ലോ പ്രഭ പറയാറുള്ളത്.

വീണ്ടും മുഴങ്ങിയ ഫോൺ മണിനാദം നിലവിളികളെ ഒന്നായി കെടു ത്തിക്കളഞ്ഞു. ക്യാപ്റ്റൻ മെല്ലെനടന്ന് ഫോൺ എടുത്തു. ദുനിയാവിലെ ഏറ്റവും ശപിക്കപ്പെട്ട ഫോൺ ഈ വീട്ടിലാണ് വച്ചിട്ടുള്ളതെന്നു പറയാ നായി അദ്ദേഹം വട്ടംതിരിഞ്ഞു. ചുവന്ന ഞരമ്പുകൾ പാകിയ കണ്ണു കൾക്കു ചുറ്റും കറുത്ത ചർമ്മം വിയർത്തു.

"സുനിലാണ്, അച്ഛാ സനലല്ല മരിച്ചത്."

വൃദ്ധനായ പിതാവിനോ, ആ വീട്ടിലുണ്ടായിരുന്നവർക്കോ അത് ഒട്ടും ഭാവഭേദമുണ്ടാക്കിയില്ല. മണിയൊച്ച മുഴക്കി ഫോൺ അവസാനിപ്പിച്ച നിലവിളികൾ വീണ്ടും ഉയരാൻ തുടങ്ങി. നിലത്തു നീർത്തിയിട്ട പുൽപ്പാ യയിലേക്കു ക്യാപ്റ്റൻ മലർന്നുകിടന്നു.

പ്രഭ അറിഞ്ഞിരിക്കുമോ? ശവം എപ്പോഴെത്തും? ദഹനമോ? എവി ടെയാണ് ശവസംസ്കാരം? പ്ലെയിനിലെത്തുമോ ശവം? ചോദ്യങ്ങളുടെ ശവയാത്രയിൽനിന്നും രക്ഷപ്പെട്ട് ഞങ്ങൾ മൂവരും മുറ്റത്തിറങ്ങി മരത്ത

ണൽ തേടിനിന്നു.

ഞങ്ങൾക്കധികം കാത്തുനില്ക്കാൻവയ്യ. സന്ധ്യയ്ക്കുള്ള ബസിനു തിരിച്ചുപോകണം. നാളെ ഇനി എങ്ങനെ എന്നാലോചിക്കണം. ഒരുവേള ആലോചിച്ചാലും നടപ്പാവുമോ എന്നാർക്കറിയാം? ഇപ്പോൾത്തന്നെ നാല രമണി കഴിഞ്ഞു.

ഞങ്ങളുടെ ചിന്തകൾ പ്രഭയുടെ വീട്ടിലെ ദുരന്തം ഒഴിവാക്കിക്കഴി ഞ്ഞു. അവിടെ ആറുമണിക്കൂർ ബസ്സ് യാത്ര. സ്വസ്ഥമായ ഉറക്കം ഇതൊക്കെ നിറയാൻ തുടങ്ങി.

ഫോൺ മണിമുഴക്കി. ഞങ്ങളും ഹാളിലേക്ക് ഓടിച്ചെന്നു. ഫോൺ ചെവിയിൽവച്ച് ക്യാപ്റ്റൻ വലതു കൈവിരൽകൊണ്ട് കൊമ്പൻമീശ പിടി ച്ചുവലിക്കുകയും കണ്ണുകളിലെ ചുവന്ന ഞരമ്പുകളിളക്കി ഉറക്കെ ചിരി ക്കുകയും ചെയ്തു. ഞങ്ങൾ കാണികൾ നടുങ്ങി. സുനിൽ മരിച്ചതിന്റെ വിഷമം ഒരുപക്ഷേ ക്യാപ്റ്റന്റെ താളം തെറ്റിച്ചിരിക്കും.

"കഷ്ടമായിപ്പോയി"

ആരോ പിറുപിറുത്തു.

എന്നാൽ ഫോൺ താഴെവച്ച് ക്യാപ്റ്റൻ തലകൾക്കു മുകളിലൂടെ വിളിച്ചു പറഞ്ഞു.

"അച്ഛാ, സനലും സുനിലുമൊന്നും മരിച്ചിട്ടില്ല. മരിച്ചയാളുടെ കീശ യിൽ അവരുടെ ഇൻഷുറൻസ് പ്രീമിയത്തിന്റെ രസീതുണ്ടായിരുന്നു എന്നേയുള്ളു. ഒരുപക്ഷേ, അവരുടെ ഏതെങ്കിലും കൂട്ടുകാരൻ...."

വിഷാദമൂകത അമ്പരപ്പായും നിശ്വാസങ്ങളായും പരിണമിച്ചു. പ്രകാ ശഗോപുരം വീണ്ടും ഉറച്ചുനില്ക്കുന്നു. മരണമൊഴിഞ്ഞ വീട്. ഞങ്ങൾക്ക് ഇനിയും സമാധാനത്തോടെ തിരിച്ചുപോകാം. ക്യാപ്റ്റനെ ക്കുറിച്ച് ഒരു കഥ കെട്ടിച്ചമച്ച് പ്രഭയോടു പറയുകതന്നെ. അവൻ തലയ റഞ്ഞു ചിരിക്കും. ക്യാപ്റ്റൻ നല്ലവണ്ണം അഭിനയിക്കുമെന്ന് അവനുമറി യട്ടെ.

വിട പറയാൻചെന്ന ഞങ്ങളെ ക്യാപ്റ്റൻ അകത്തെ മുറിയിലേക്കു കൂട്ടിക്കൊണ്ടുപോയി.

"കൊച്ചുസാറമ്മാരേ, വരൂ...."

തുറന്നു മലർത്തിയ പെട്ടിയിൽനിന്നും ഒരു ബ്രാണ്ടിക്കുപ്പിയെടുത്ത് ലേബലിൽ ഭംഗിയുള്ള കൈയൊപ്പിട്ട് മുത്തിയശേഷം ക്യാപ്റ്റൻ അതു ഞങ്ങൾക്കു തന്നു.

"വിത്ത് ലൗ."

കുപ്പി എന്റെ സഞ്ചിയിൽ തലപുഴ്ത്തിയപ്പോഴേക്കും മറ്റൊരെണ്ണ മെടുത്തു തുറന്ന് ക്യാപ്റ്റൻ പകുതിയോളം മദ്യം അകത്താക്കി.

'വെള്ളം ചേർക്കാതെ....?'

വിസ്മയം കാട്ടാതെ ഹസ്തദാനം ചെയ്ത ഞങ്ങൾക്കു യാത്രാനു മതി നല്കി.

"പാർക്കലാം..."

ആളുകൾ തമാശകളുമായി പിരിയാൻ തുടങ്ങി. വീണ്ടും കൈ ഉയർത്തി വീശി തിരിച്ചുപോരാൻ തുടങ്ങിയ ഞങ്ങൾക്ക് യാത്രാമംഗളം പോലെ ഫോൺ മണിമുഴക്കി. ദുർനിമിത്തങ്ങളില്ലാതെ യാത്രപോകാൻ കഴിയണേ എന്നു ഞങ്ങൾ നിശ്ശബ്ദം ആഗ്രഹിച്ചു. അപ്പോൾ ക്യാപ്റ്റൻ ഉറക്കെ നിലവിളിക്കുകയും ടെലിഫോൺ താഴേക്കു വലിച്ചെറിയുകയും അച്ഛനെയും ഞങ്ങളെയും നാട്ടുകാരെയും വിളിച്ചറിയിക്കുകയും ചെയ്ത വാർത്ത കേൾക്കെ ഞാനും രവിയും ജോസഫും പരസ്പരം നോക്കി കിതപ്പോടെ ആ പടിക്കെട്ടിൽ ചടഞ്ഞിരുന്ന് പരസ്പരം കെട്ടിപ്പിടിച്ച് കര യാൻ തുടങ്ങി.

ഇല്ല. മദ്യം ഞങ്ങളുടെ സിരകളിലില്ല. എന്റെ സഞ്ചിയിൽ മാത്രമാ ണുള്ളത്. ക്യാപ്റ്റന്റെ മദ്യലഹരിയാകട്ടെ പടരുന്നതിനുപകരം തണു ത്തുറയുകയായിരുന്നു. ആ വാർത്ത ഞങ്ങൾക്കൊക്കെ അത്രയ്ക്ക് അസ്വീകാര്യമാണ്, അവിശ്വസനീയമാണ്, മരണം പോലെ.

ധർമ്മാശുപത്രി

തപം ചെയ്ത ധർമ്മാശുപത്രിയുടെ വരലബ്ധിയാണ് രാമഭദ്രൻ. അവിടുത്തെ ഇടനാഴിയുടെ അന്യതയിൽ, തുരുമ്പിച്ച കട്ടിലിനും പരകോടിരോഗാണുക്കൾക്കും തിന്നാൻ പാകത്തിൽ ആരോഗ്യമുള്ള ശരീരത്തെ ഉപേക്ഷിക്കാൻ ഒരാളും അതുവരെ തയ്യാറായിട്ടില്ല. രാമഭദ്രനോ? ഊരും പേരുമില്ലാതെ, പ്രജ്ഞയറ്റ് അവിടെ ഉപേക്ഷിക്കപ്പെട്ടവനാണ്. ആ പേരു പോലും രജിസ്റ്ററിൽ ചേർക്കാനായി ഡോക്ടർ നല്കിയതാണ്.

വേനലുയർത്തിയ പൊടിമേഘം നേർത്ത ഒരു ചാറ്റൽ മഴയിൽ തകർന്നു വീണ രാത്രിയിൽ ഡോക്ടർ ഞെട്ടിയുണർന്നു. നാഡിമിടിപ്പും ശ്വാസവും നിലച്ച ഒരാളെ രണ്ടു സ്ത്രീകൾ താങ്ങിയെടുത്തിരിക്കുന്നു. അയാളെ ഇടനാഴിയിലേക്കു നീക്കാൻ അവർ രണ്ടുപേർ അധികമായിരുന്നു. ഒരു കൈ സഹായിക്കാനെത്തിയ ഡോക്ടറെ പ്രായമുള്ള സ്ത്രീ തടഞ്ഞു.

"വേണ്ട, വേണ്ട. എന്റെ മോനെ ഞാനെടുത്തോളാം.

പെറ്റവയറിലെ തീ അത്രയ്ക്കുണ്ട്."

ഒരു ഹോൺ മുഴങ്ങി.

"ഞാൻ വണ്ടിക്കാരനെ പറഞ്ഞുവിടട്ടെ" ചെറുപ്പക്കാരി ഓടിപ്പോയി.

"ക്ഷമിക്കണം. ഇവിടെ ചികിത്സക്കുവേണ്ട സൗകര്യങ്ങളൊന്നുമില്ല" പ്രായമായ സ്ത്രീ പൊട്ടിക്കരഞ്ഞു.

'സീതേ, സീതക്കുട്ട്യേ വണ്ടിതിരിച്ചയക്കരുത്.

നമുക്കിവനെ മറ്റെവിടെങ്കിലും –" അവർ സീതക്കുപുറകെ ഇരുളിൽ ഓടിമറഞ്ഞു. ഒരു മുരൾച്ചയോടെ വണ്ടിയകന്നുപോയി.

ആ സ്ത്രീകൾ മാത്രം തിരിച്ചുവന്നില്ല. തലയിൽ പച്ചയായ ഒരു മുറിവുമായി രാമഭദ്രൻ ബോധമറ്റുകിടന്നു.

വൈദ്യപുസ്തകങ്ങൾ അയാൾക്കായി തുറക്കപ്പെട്ടു.

"സിസ്റ്റർ"

സിസ്റ്റർ ജാനകി ഓടിയെത്തി.

"നമ്പർ ത്രീയിലെ രോഗിയെങ്ങനെ"

"സുഖമായി വരുന്നു എന്നുപറയാൻ സിസ്റ്റർക്ക് ആലോചിക്കേണ്ട തില്ല. എന്നാൽ കിടക്കകൾക്ക് അവിടെ നമ്പരില്ല. ആകെക്കൂടി ഒറ്റ കിടക്ക മാത്രമേയുള്ളൂ.

നമ്പരില്ലെങ്കിലും ഡോക്ടറുദ്ദേശിച്ചയാൾ രാമഭദ്രനാണെന്നാർക്കാണ റിഞ്ഞുകൂടാത്ത്. എന്നിട്ടും നഴ്സിനു വിസ്മയം.

"നമ്പർ ത്രീ?"

"ഡ്യൂട്ടിനഴ്സിന്റെ കർത്തവ്യബോധം!"

ചാടിയെഴുന്നേറ്റ ഡോക്ടർക്കുപുറകെ ജാനകി ഇടനാഴിയിലേക്കു പോയി. ഡോക്ടർ താക്കോൽകൊണ്ട് ഭിത്തിയിലെ പച്ചപ്പായൽ ചുരണ്ടി ക്കളഞ്ഞു. മങ്ങിയ ഓർമ്മപോലെ അവിടെ '3' എന്ന് തെളിഞ്ഞുവരു ന്നത് നേഴ്സ് കൗതുകത്തോടെ നോക്കിനിന്നു.

മൂന്നാം നമ്പരിലെ രോഗിക്ക് ഒരു സമ്പൂർണ്ണ പരിശോധന വേ ണ്ടിവന്നു.

മൂന്നാം നമ്പരിലെ രോഗി ഉച്ചക്കുശേഷം ഉണർന്ന് സീത, സീത യെന്നു വിളിച്ചു.

സിസ്റ്റർ ജാനകി രക്തം പരിശോധിക്കാനായി ലാബുകാരെ കാത്തി രിക്കുകയായിരുന്നു. മുറിയിലേക്കു കടന്നുവന്ന തൂപ്പുകാരി രക്തം തട്ടി ക്കമഴ്ത്തി. അതു പൊടിപിടിച്ച മേശപ്പുറത്തുകൂടിയൊഴുകി നേഴ്സിന്റെ സാരിയിലേക്ക്––

"എന്താ തള്ളേ, നിങ്ങളിക്കാണിച്ചത്" രാമഭദ്രന്റെ കൈയിലെ മീൻ കുടലുകളിൽ നിന്നും രക്തം ശേഖരിച്ച വിഷമം കൊണ്ടാണവർ കോപി ച്ചത്.

"നീയാരാടീ എന്റെ മോന്റെ രക്തം പരിശോധിക്കാൻ"

നേഴ്സ് ജാനകിക്ക് തൂപ്പുകാരി പറഞ്ഞതുമനസ്സിലായില്ല. വീണ്ടും കേട്ടു.

"രാമഭദ്രൻ എന്റെ പൊന്നുമോൻ. നീ അധർമ്മം കാണിക്കുന്നോൾ. നീ അധർമ്മം കാണിച്ചാൽ. ഭഗോതി ചോദിക്കും. നീയവന്റെ തലയ്ക്കടിച്ചു ബോധം കെടുത്തിയോളല്ലേ". ലാബിൽ ബഹളമായി. ഡോക്ടർ ഓടിക്കി തച്ചെത്തി.

"എന്താടാ മിഴിച്ചുനോക്കുന്നേ" അയാൾക്ക് തന്റെ ചെവിയിലും തോളിലുമായി ഒരു ചിലന്തി വലയാടുന്നതായി തോന്നി. തൂപ്പുകാരിപൊ തിയഴിച്ചു മുറുക്കാൻ തുടങ്ങി. ഡോക്ടർക്ക് സ്ഥലകാലബോധമുണ്ടായി.

"എന്താണിവിടെ ആൾമാറാട്ടം, തള്ളേ നിങ്ങൾ ഇവിടുത്തെ തൂപ്പു കാരിയാണ്. ആ രോഗിയുടെ അമ്മയല്ല. നിങ്ങൾ ലാബിൽ നിന്നിറങ്ങി പ്പോകൂ".

സിസ്റ്റർ അപ്പോഴും കരയുകയാണ്.

"സിസ്റ്റർ, രക്തപരിശോധന കഴിഞ്ഞോ? ലാബിലെ പയ്യൻ ഇതുവരെ വന്നില്ലേ? ഏറെ രക്തം ഒഴുകുന്നതു ഞാൻ കണ്ടു. ആ ഭയങ്കരിത്തള്ള അദ്ദേഹത്തിന്റെ തലയറഞ്ഞു ചോരയൊഴുക്കി. എന്റെ രാമേട്ടന്റെ രക്തം ഞാനെങ്ങനെ പരിശോധിക്കും."

ഈ സീതയ്ക്കതുകഴിയില്ല. ഇല്ല.

"സിസ്റ്റർ നിങ്ങൾക്കും സുഖമില്ലെ. നിങ്ങൾ സീതയല്ല. ജാനകി, ഇവിടുത്തെ നേഴ്സുമാത്രം".

"അല്ല- അല്ല"

അപ്പോഴും ഉണങ്ങാത്ത ചോരപ്പാട് മേശപ്പുറത്തു കിടന്നു. നോക്കി നോക്കിയിരിക്കെ ചോരയുടെ സൂക്ഷ്മജീവലോകം ഡോക്ടർക്കു കാ ണായി. തളർന്ന രക്തകോശങ്ങൾ ഒരുകെട്ടു ഞാറുപോലെ കൈയിലൊ തുക്കിപ്പിടിച്ച ഒരു രോഗാണു.

"ഹേ, വൈദ്യരേ. എന്റെ കൈപ്പാടിലൊതുങ്ങി നിന്റെ വിജ്ഞാനം. നിന്റെ രോഗിയുടെ ജീവവ്യവസ്ഥയുടെ വേരറുക്കാതെ ഞാൻ മാറില്ല. നീ കീഴടങ്ങുക. അവനെ മരിക്കാൻ വിടുക".

വിരലുകൾ മേശപ്പുറത്തു കിടന്ന സ്റ്റെതസ്കോപ്പിൽ തടഞ്ഞു. ഡോക്ടർ അതെടുത്ത് ആ സൂക്ഷ്മജീവി സത്വത്തെ ആഞ്ഞടിച്ചു. അണു ജീവി കൂസലെന്യേ ചിരിച്ചു.

"വിഡ്ഢിയായ മനുഷ്യാധമാ. ഇത്തരം സന്ദർഭങ്ങളിൽ സൂക്ഷ്മാ യുധങ്ങൾ ഉപയോഗിക്കണം എന്ന പ്രാഥമിക ജ്ഞാനം കൂടി നിനക്കു നഷ്ടമായയോ."

ഡോക്ടർ കർച്ചീഫെടുത്ത് ചോരപ്പാടൊപ്പിക്കളഞ്ഞു. അപ്പോൾ കട ന്നുവന്ന നേഴ്സ് ജാനകി താഴെക്കിടന്ന കർച്ചീഫെടുത്തു മേശപ്പുറത്തു വച്ചു. അല്പം മുമ്പുണ്ടായതൊന്നും അവർ ഓർക്കുന്നില്ലെന്നു തോന്നി.

"സർ, രാമഭദ്രൻ എഴുന്നേറ്റിരുന്നു അയാളെ കുത്തിവയ്ക്കാൻ പറ യുന്നു. ഇവിടെ പച്ചവെള്ളം കൂടിയില്ല" ഡോക്ടർ കർച്ചീഫെടുത്ത് വീണ്ടും വീണ്ടും മേശ തുടച്ചുകൊണ്ടിരുന്നു.

അയാൾ ഗ്രാമപാതയും ഇരുണ്ടുവരുന്ന പടിഞ്ഞാറൻ ചക്രവാള ങ്ങളും കണ്ടു. അയാൾ നേഴ്സിന്റെ കൈ കടന്നുപിടിച്ചു.

"ഭയങ്കരീ. നീയെന്റെയമ്മയെ തല്ലിയിറക്കി.

നിങ്ങളിലാരോ ഒരാൾ എന്നെ ഓർക്കാപ്പുറത്തടിച്ചു ബോധംകെടു ത്തി. നീ രക്ഷപ്പെട്ടുകൂടാ."

"ഇതാ ചാട്ടവാർ, ചോരതെറിക്കുംവരെയടിക്ക്. ഇവളാണ് ഇവളല്ലാ താരുമല്ല നിന്റെ തലക്കടിച്ചത്."

തുപ്പുകാരി സ്ത്രീ ഒരു കയറിൻ കഷണം ഡോക്ടർക്കുകൊടുത്തു. നേഴ്സ് തന്റെ നേർക്കുപുളഞ്ഞു

വരുന്ന കയറിൽ തുറിച്ചുനോക്കി.

"രാമേട്ടാ. കൊല്ലരുത്. നിന്റെ സീതയല്ലേ ഞാൻ."

അയാൾക്ക് ചോരപുരണ്ട ചാട്ടവാർ കാണേണ്ടിയിരിക്കുന്നു.

"അവൾ നെലവിളിക്കുന്നുപോലുമില്ലല്ലോ രാമഭദ്രാ".

അപ്പോൾ കയറിൻ കഷണം നേഴ്സിനെവിട്ട് തൂപ്പുകാരിയുടെ ചുമ ലുകളിൽ പുളഞ്ഞുവീണു.

ഇതെല്ലാം കണ്ടുകൊണ്ടിരുന്ന ഒരാൾ, മൂന്നാം നമ്പരിലെ രോഗി, മുറിയിലേക്കു കടന്ന് ഡോക്ടറെപിടിച്ചുമാറ്റി. അപ്പോൾ കടന്നുവന്നത് രാമ ഭദ്രനെന്ന രോഗിയാണെന്നു കൂടി ഡോക്ടർക്കു മനസ്സിലായില്ല.

"ഹേയ്. ഞങ്ങളുടെ കുടുംബപ്രശ്നത്തിൽ ഇടപെടരുത്".

ഇതുകേട്ട് ചിരിക്കാനേ രോഗിക്കു കഴിഞ്ഞുള്ളൂ.

"ഡോക്ടർ, പൊതുജനസേവനാർത്ഥം നിങ്ങൾ ഈ ആശുപത്രിയിൽ നിയോഗിക്കപ്പെട്ടതു നാടകം കളിക്കാനല്ല. വരൂ. മൂന്നാം നമ്പരിലെ രോഗിക്ക് അർജന്റായൊരു ഡ്രിപ്പ് കൊടുക്കൂ", എന്നുപറഞ്ഞ് അയാൾ മൂന്നാം നമ്പരിൽ ചെന്നുകിടന്നു.

ആകെക്കൂടി എന്തോകുഴപ്പം സംഭവിച്ചിട്ടുള്ളതായി ഡോക്ടർക്കു തോന്നി. ഇവിടം ഭൂതാവിഷ്ടമാണ്. ഇവിടെ പ്രകൃത്യതീത ശക്തികൾ ഭരി ക്കുന്നു.

രക്ഷപ്പെടുക

രക്ഷപ്പെടുക.

"ഇതാ ഇവിടെ കുത്തിക്കോള്ളൂ". രാമഭദ്രൻ കൈനീട്ടി

എല്ലുകളുടെ ആഴത്തിൽ ചുരുണ്ടുകിടന്ന ഞരമ്പുകൾ എഴുന്നുവന്നു. ഡോക്ടർ രാമഭദ്രന്റെ കൈത്തണ്ടയിൽ മുറുകെപ്പിടിച്ചു. നേഴ്സ് ജാനകി രാമഭദ്രന്റെ കൈയിൽ സൂചിക്കുത്തിയിറക്കി. ഉടൻതന്നെ, മരുന്നുള്ളിൽ കടക്കും മുമ്പ് സൂചിവലിച്ചെടുത്ത് ഡോക്ടറുടെ കൈയിൽ കുത്തിയിറ ക്കുകയും പിസ്റ്റണിൽ തള്ളവിരൽ അമർത്തി മരുന്നത്രയും അകത്താ ക്കുകയും ചെയ്തു. ഡോക്ടർ മൂന്നാംനമ്പരിന്റെ തലയിണയിൽ തലയ്ക്കു കീഴെ പിണച്ചുവച്ച കൈകളുമായി മേൽക്കൂരയിൽ കണ്ണുംനട്ട് മൃദുഹാ സത്തോടെ കിടന്നു. "സിസ്റ്റർ ഇതൊട്ടും ശരിയായില്ല" രാമഭദ്രൻ ചാടി യെണീറ്റു.

"ശ്രീമൻ, എന്റെ സീത എന്നെ ശുശ്രൂഷിക്കുകയല്ലേ.

നിങ്ങൾക്കിവിടെന്തു കാര്യം ഇറങ്ങിപ്പോണം."

രാമഭദ്രന്റെ മുഖം വിളറി.

"ഡോക്ടർ, നിങ്ങളുടെ ആൾമാറാട്ടം അധികപ്പറ്റാവുന്നു. അഴിമതി യുടെ കൂത്തരങ്ങാണിവിടെ. ഈ ധർമ്മാശുപത്രി."

നികുതിദായകരായ എല്ലാ പൗരജനങ്ങളെയും സംഘടിപ്പിക്കാൻ അയാൾ ഇറങ്ങിനടന്നു.

"ശ്രീമൻ, ഞങ്ങൾ അടിച്ചിറക്കിവിട്ട എന്റെ അമ്മയെ കണ്ടാൽ എന്നോടു പൊറുക്കാനും, ഇവിടേക്കു വരാനും...." ഡോക്ടർ വിളിച്ചുപറ ഞ്ഞതയാൾ കേട്ടില്ല.

ഇത്രയും കാലം ഒരമ്മയെപ്പോലെ അയാളെ കാത്തുസൂക്ഷിച്ചു

സുഖപ്പെടുത്തിയ ധർമ്മാശുപത്രിക്കുനേരെ ഒന്നു തിരിഞ്ഞുനോക്കുക കൂടി ചെയ്തില്ല അയാൾ. അവിടെ നടമാടുന്ന അരുതായ്മകളായിരുന്നു അയാളാവർത്തിച്ചു വിളിച്ചു പറഞ്ഞുകൊണ്ടു നടന്നത്.

എന്നാൽ ആ സ്ഥാപനത്തിന്റെ ഭാഗ്യമെന്നേ പറയേണ്ടൂ, ആരും രാമ ഭദ്രന്റെ വാക്കുകൾ വിശ്വസിച്ചില്ല. ചോദ്യം ചെയ്യപ്പെടാനാവാതെ, നീതി ബോധങ്ങൾക്കപ്പുറം ഒരു നിത്യസത്യമായി അതു പലകാലം നിലകൊ ള്ളുക തന്നെചെയ്യും.

കണ്ണുകളെ വിശ്വസിക്കുക

മത്തായിയുടെ വീട്ടിൽ ആൾക്കൂട്ടം. അടക്കമില്ലാതെ പെണ്ണുങ്ങൾ കരയുന്നു. കുട്ടി കടന്നു ചെന്നപ്പോൾ കരച്ചിൽ ഒട്ടൊന്നു ശമിച്ചു. വീണ്ടും ജീവൻ വച്ചിഴയുന്ന ഇഴജന്തുവായി ആ കൂട്ടക്കരച്ചിൽ അവനെ ചുറ്റി.

ആ മുറ്റത്ത് മത്തായിക്കുട്ടി മരിച്ചുകിടക്കുന്നതവൻ കണ്ടു.

കൂട്ടക്കരച്ചിലിന്റെ ലഹരിയിൽ സ്വയം മറന്ന്, ദുഃഖചിന്തകൾ വെടിഞ്ഞ്, വൈകാരികചേഷ്ടകളിൽ അരിശംകൊണ്ട് മരിച്ചുപോയ മത്തായി അവിടെ;

മത്തായിയുടെ അമ്മ കയ്യാട്ടിയപ്പോൾ തെല്ലുമടിയോടെ കുട്ടി അവ രുടെ അടുത്തേക്കുനീങ്ങി.

അവരുടെ ചുണ്ണാമ്പുകണ്ണുകൾ അവനിൽ തറച്ചുനിന്നു.

നരച്ചപുരികങ്ങൾ, രണ്ടു കണ്ണുകൾ കൂടിച്ചേരുന്ന കോണിൽ നിന്നും വളർന്ന് എങ്ങോട്ടോ പോയിരിക്കുന്നതവൻ കണ്ടു. "എന്റെ മത്തായി ക്കുട്ടി, നീ ചത്തില്ലേ" ഉച്ചത്തിൽ കരയുകയോ, ചിരിക്കുകയോ ചെയ്തു കൊണ്ട് ആ വൃദ്ധ അവനെ കെട്ടിപ്പിടിച്ചു. കനം കുറഞ്ഞ ആ എല്ലിൻകൈ കൾ തന്നെ വരിയുന്നതും നെറുകയിൽ നീർ പതിച്ചതും അവൻ അറിഞ്ഞു.

"ഞാൻ മത്തായിക്കുട്ടിയല്ല. മത്തായിക്കുട്ടി എന്റെ മുമ്പിൽ, നിങ്ങ ളുടെ മുമ്പിൽ, തറയിൽ ചത്തുക്കിടക്കുന്നു." അത്രയും പറയാൻ അവനു തന്റേടമില്ലായിരുന്നു. അല്ലെങ്കിൽ ഭ്രമാത്മകമായ ഒരു കടംകഥയായി ആ രാത്രിയിലെ സംഭവങ്ങൾ അവനെ കീഴ്പ്പെടുത്തിയിരിക്കുന്നു.

"യഹോവേ, നീ കരുണയുള്ളവൻ തന്നെ.
എന്റെ മത്തായിക്കുട്ടിയെ നീ തിരിച്ചുതന്നിരിക്കുന്നു.
നിന്റെ വിരലുകൾ വാഴ്ത്തപ്പെടട്ടെ!"

മത്തായിക്കുട്ടിയുടെ ശവം ആരും ശ്രദ്ധിച്ചില്ല.

അവാച്യമായ ഏതോ ലഹരിയിൽ നിർവൃതികൊണ്ട് മരണത്തിന്റെ നക്ഷത്രപഥങ്ങളിലാർത്തു നടക്കുകയാണ് മത്തായി.

"അല്ല, ഞാൻ മത്തായിയല്ല. ഞാൻ–" സ്വന്തം പേരുപോലും മറന്നു എന്ന് കുട്ടി മനസ്സിലാക്കി.

പുരോഹിതൻ അവന്റെ നെറുകയിൽ കുരിശു ചേർത്തുവച്ചു.

"മത്തായിക്കുട്ടീ, യഹോവ എല്ലാം കൈക്കൊൾവൂ എന്ന സ്തുതി പാടൂ."

കുട്ടിയ്ക്കൊന്നും മനസ്സിലായില്ല.

പൊടിപിടിച്ച ഒരു ഗിറ്റാർ ആരോ അവനു നല്കി

യാന്ത്രികമായി അതിൽ മുറുകെപ്പിടിച്ച് അവൻ നിന്നു.

അവനെ നോക്കി മത്തായിയുടെ ശവം ഊറിച്ചിരിച്ചു.

ഗിത്താറിന്റെ കമ്പികൾ സ്വയം ചലിച്ചു

ന്യായാന്യായങ്ങളുടെ വിധി നടപ്പാക്കാൻ മണൽക്കാട്ടിലു യിർക്കൊണ്ട ഉഷ്ണവാതമായി ഒരു മുരൾച്ച അവൻ കേട്ടു. ഗിത്താർ സ്വയം ചിലച്ചു. ആ കമ്പികളിൽ തഴുകിനടക്കാൻ വിരൽത്തുമ്പുകൾ കൊതിയ്ക്കുകയും, അതേസമയം കർണ്ണപൂടങ്ങളെ തുളച്ചുകയറുന്ന ഒരു സീൽക്കാര ശബ്ദം പുറപ്പെടുവിച്ചുകൊണ്ട് തന്ത്രികൾ പൊട്ടുകയും ചെയ്തപ്പോൾ അവൻ ഗിത്താർ ശവത്തിനു നേരെയെറിഞ്ഞു.

"അല്ല. അല്ല. അല്ല. ഞാൻ അല്ല."

ആൾക്കൂട്ടത്തിന്റെ ബഹളങ്ങളിൽ പങ്കുചേരാതെ, തന്റെ അകാല വൈധവ്യത്തിൽ മനംനൊന്ത് കർത്താവിനെ പ്രാർത്ഥിച്ചുകൊണ്ടിരുന്ന ഒരു സാധ്വി മെല്ലെയെഴുന്നേറ്റ് തനിയ്ക്കുനേരെ വരുന്നതവൻ കണ്ടു.

അവൾ അവന്റെ കണ്ണുകളിൽ തീപിടിപ്പിച്ചു.അവൾ നടന്നടുത്തു. അവൻ കണ്ണുകളടച്ചു.

അടച്ച കണ്ണുകളിൽ കൺപോളകൾ കുത്തിക്കയറുംപോലെ, കണ്ണു തുറന്നു. കണ്ണു നിറയെ തീപിടിക്കുന്നു, അവൾ തീപിടിപ്പിക്കുന്നു.

കുട്ടി തേങ്ങിക്കരഞ്ഞു.

'അല്ല, ഞാൻ. അല്ല ഞാൻ'

അവന്റെ നിലവിളി ആരും ശ്രദ്ധിച്ചില്ല.

അവൾ കുട്ടിയുടെ കാല്ക്കൽ മുട്ടുകുത്തിയപ്പോൾ പുരോഹിതൻ കുരിശുയർത്തി.

"ഫാദർ, ഈ നില്ക്കുന്നത് എന്റെ മരിച്ചുപോയ ഭർത്താവാണ്.

ഞാൻ മനസ്സിലാക്കിയിരിക്കുന്നു. സംശയമുണ്ടെങ്കിൽ അവന്റെ തുട യിൽ എന്റെ നഖംകൊണ്ടുപോറിയതു കാണാം.

ഇന്നലെ രാത്രിയാണ് ഞാൻ അടയാളം ചെയ്തത്. ഭർത്താവു മാറിപ്പോകതിരിക്കാൻ."

കുട്ടിയ്ക്കാശ്വാസമായി.

പെട്ടെന്ന് അവന്റെ തുടയിൽ എന്തോ വലിഞ്ഞുനീറുന്നതായനുഭവ

പ്പെട്ടപ്പോൾ പരിസരം മറന്ന് ഉടുമുണ്ടല്പം ഉയർത്തി അവൻ തുടയിലേ
ക്കു നോക്കി.

നഖംകൊണ്ടുള്ള പോറൽ.

അപ്പോഴും ചോരപൊടിയ്ക്കുന്നു.

ഫാദർ അവനെ അനുഗ്രഹിച്ചു.

ആൾക്കൂട്ടം സ്തുതിപാടി.

"എല്ലാം അവന്റെ വിരലുകൾ ചെയ്വൂ"

അപ്പോഴും മത്തായിക്കുട്ടിയുടെ ശവം ഊറിച്ചിരിച്ചു.

രണ്ടു മരണങ്ങൾ

നിഴലുകൾ കുടുങ്ങിക്കിടക്കുന്ന ആശുപത്രിമുറ്റം ഒരു പൂർണ്ണവി രാമമായി, കവലയിൽ തുടങ്ങുന്നവഴിക്ക്. തൂക്കിപ്പിടിച്ചിരുന്ന ചോറ്റുപാ ത്രമുയർത്തി, തുളുമ്പിയൊഴുകിയ കഞ്ഞിവെള്ളം കൈ കൊണ്ടു തു ടച്ച് നൂറ്റിനാലാം നമ്പർ മുറിയുടെ നേർക്കു നടക്കുന്നതിനിടയിൽ സ്റ്റീഫൻ ജോൺസ് എന്ന ചെറുപ്പക്കാരൻ ആശ്ചര്യത്തോടെ കണ്ടു. മേരി കിടന്ന മുറിയുടെ വാതില്ക്കലും അകത്ത് കട്ടിലിനു ചുറ്റുമായും അഞ്ചാറാളു കൾ കൂടിനില്ക്കുന്നു.

ഭയാശങ്കകൾ കടിച്ചുകീറിയ അയാളുടെ മനസ്സ് ഒരർദ്ധനിമിഷ ത്തേക്ക് നിശ്ശേഷ്ടമായിപ്പോയി. നൂറ്റിനാലാം മുറിയുടെ വാതില്ക്കൽ അയാൾ ഒരു ശിലയായി നിന്നു. മേരിയുടെ ഭർത്താവിന്റെ മേൽ സഹ താപാർദ്രമായ നോട്ടമയച്ച് അവിടെ നിന്നിരുന്നവർ അയാൾക്കു വഴിമാ റിക്കൊടുത്തു. അവളുടെ തലയ്ക്കൽ ചോറ്റുപാത്രം വച്ച് സ്റ്റീഫൻ ജോൺസ് ആ മുഖം ഏറെ നേരം നോക്കിനിന്നു.

മേരി മരിച്ചിരിക്കുന്നു.

ചുറ്റുപാടുകൾ കറങ്ങുന്നതായും താളനിബദ്ധമായ ശബ്ദവീചികൾ അലറിയടുക്കുന്നതായും സ്റ്റീഫനു തോന്നി. അതും ഒരർദ്ധനിമിഷം മാത്രം.

മേരിയുടെ തണുത്ത ചുണ്ടുകളിലൂടെ വിരലോടിച്ചുകൊണ്ട് അയാൾ പെട്ടെന്നോർത്തു മേരി മരിച്ചത് ഒരു സത്യം മാത്രം. ഇവിടെ അസംഭാ വ്യത ഒന്നുമില്ലല്ലോ.

ദിനങ്ങൾക്കുമുമ്പുമാത്രം മേരിയെ വിവാഹം കഴിക്കുമ്പോഴേ സ്റ്റീഫനെ അലട്ടിയിരുന്ന ഒരു പ്രശ്നമുണ്ട്. തന്റെ ജീവിതപങ്കാളിയുടെ മരണത്തെക്കുറിച്ചുള്ള ചിന്തയായിരുന്നു അത്. അവൾ എന്നെങ്കിലും മരി

ച്ചാൽ പിന്നെ തന്റെ സ്വഭാവത്തിലും ജീവിതത്തിലും എന്തൊക്കെ സംഭവിക്കുമെന്നോർത്ത് അയാളെന്നും വ്യാകുലചിത്തനാകും. അവൾ മരിച്ചാൽ പൊട്ടാസ്യം സയനൈഡിന്റെ ഒരു മാത്രയിൽ ജീവനൊടുക്കി അവളെ പിന്തുടരുക എന്നതായിരുന്നു ആ സ്നേഹധനന്റെ ചിത്തം. കാരണം അയാളുടെ കൂടി മരണ ശേഷം അവളെക്കുറിച്ചുള്ള ചിന്ത കൾക്കു സ്ഥാനമില്ലല്ലോ. ഇപ്പോൾ മേരി മരിച്ചിരിക്കുന്നു. എന്നാൽ പൊട്ടാസ്യം സയനൈഡിന്റെ കാര്യം സൗകര്യപൂർവ്വം മറക്കാൻ സ്റ്റീഫൻ ജോൺസ് എന്ന ചെറുപ്പക്കാരൻ ശ്രമിച്ചു. അയാളുടെ രണ്ടു തുള്ളി കണ്ണീർ ശവത്തിന്റെ മാറിൽ പതിച്ചപ്പോൾ സ്റ്റീഫൻ എഴുന്നേറ്റു. ചുറ്റും നിന്നവർ കണ്ണീരൊപ്പി, വിങ്ങിപ്പൊട്ടി. മേരിയുടെ അമ്മയും അവരോടൊപ്പം വന്ന സ്ത്രീകളും നിലവിളിച്ചു.

അന്ത്യകർമ്മങ്ങൾക്കു വേണ്ട നിർദ്ദേശങ്ങൾ ആരൊക്കെയോ നല്കി.

സ്റ്റീഫന്റെ മനസ്സാന്നിദ്ധ്യം തിരിച്ചു കിട്ടിയെങ്കിലും ഒരു ചടങ്ങെന്ന നിലയിൽ ദുഃഖം ഭാവിച്ച് അയാൾ ഭാര്യയുടെ ശവത്തിനരികെ നിന്നു. ഒരു വലിയ കറുത്ത ശവപ്പെട്ടിയിൽ മേരിയുടെ ജംഗമ സ്വത്തുക്കളത്രയും വാരിക്കൂട്ടി, പുരോഹിതന്മാരുടെയും ബന്ധുമിത്രാദികളുടെയും അകമ്പ ടിയോടെ ആ ശവമഞ്ചയാത്ര പള്ളിപ്പറമ്പിലേക്കു നീങ്ങി. വൈദ്യുത വി ളക്കുകളും, പെട്രോമാക്സുകളും ശവമഞ്ചത്തെ പിന്തുടരുന്ന വാദ്യവും കൂടി നൂറ്റിനാലാം മുറിയുടെ നിഴൽ കുടുങ്ങിയ മുറ്റം ഒരുത്സവപ്പറമ്പാക്കി. സ്റ്റീഫൻ ശ്മശാന യാത്രയിൽ ചേർന്നില്ല.

അയാൾക്കതിനു കരുത്തില്ല. അയാളുടെ മേരിയാണു മരിച്ചത്.

ശവമഞ്ചസംഘം ആശുപത്രി കടന്ന് കവലയിലെത്തും വരെ ജനാ ലയ്ക്കൽ നോക്കിനില്ക്കാനേ സ്റ്റീഫനു കഴിഞ്ഞുള്ളൂ

അയാൾ തിരിഞ്ഞ് കട്ടിലിലിരുന്നു.

മേരിയുടെ ശവയാത്രയ്ക്കു പോയ സംഘം അവളുടെ ഭർത്താവിനു കാണാനായി അറിഞ്ഞോ അറിയാതെയോ ആ ശവം കട്ടിലിൽ കിടത്തി യിരുന്നു.

ശവയാത്രയുടെ അന്ത്യസ്മരണ പോൽ ആർദ്രമായ ഒരു സംഗീതം മാത്രം സ്റ്റീഫൻ കേട്ടു. അടുത്ത കട്ടിലിൽ മരിച്ചുകിടന്ന മേരിയെ നിർന്നി മേഷനായി നോക്കിനില്ക്കാൻ മാത്രമേ അയാൾക്കു കഴിഞ്ഞുള്ളൂ. ശ്മശാ നസംഘത്തോടു ചെന്ന് ശവമെടുക്കാൻ അവർ മറന്ന കാര്യം പറയാൻ അയാൾ തുനിഞ്ഞില്ല. മേരിയെ കുഴിച്ചുമൂടാൻ അയാളിഷ്ടപ്പെട്ടില്ല.

അങ്ങനെ ആ ശരീരം നോക്കിനോക്കിയിരുന്ന് അയാൾ എപ്പോഴോ വിളക്കണച്ചു കിടന്നു.

മദ്ധ്യാഹ്നമയക്കം കഴിഞ്ഞുണർന്നപ്പോൾ ആരോ കതകിനു മുട്ടുന്ന തായി മേരിജോൺസിനു തോന്നി.

പട്ടി ഉച്ചത്തിൽ ഓലിയിട്ടു.

കതകു തുറന്ന മേരിയുടെ മുമ്പിൽ പുരോഹിതനും ഇടവകയിലെ ജനമത്രയുമുണ്ടായിരുന്നു. കരുണാമയമായ സ്വരത്തിൽ പുരോഹിതൻ

അവളെ ആശ്വസിപ്പിച്ചു.

മേരിക്ക് ഒന്നും മനസ്സിലായില്ല.

ഇടവകയിലെ ജനമത്രയും മേരിജോൺസിന്റെ കണ്ണു നിറയാനെ ന്നോണം വിലപിച്ചു. ഒടുവിൽ അവളതു കേട്ടു:

"നല്ലവളായ മിസ്സിസ് മേരിജോൺസ്. സ്നേഹധനനായ നിന്റെ ഭർത്താവ് പള്ളിയുടെ കോൺക്രീറ്റിൽ തീർത്ത എടുപ്പിൽ തൂങ്ങിമരിച്ചു."

ചുറ്റും ഇരുണ്ട മലകൾ വളരുന്നതു മേരി കണ്ടു. ആ മലകൾക്കിട യിൽ ഇടവകയിലെ ജനമത്രയും വിലപിച്ചു.

"മേരിജോൺസ്, നിന്റെ സ്റ്റീഫൻ
കർത്താവിങ്കൽ നിദ്ര പ്രാപിച്ചു"

മേരിക്കു കരച്ചിലടക്കാൻ കഴിഞ്ഞില്ല. അവളുടെ കരച്ചിൽ വിങ്ങി പ്പൊട്ടലുകളായി, നെടുനിശ്വാസങ്ങളായി അസ്തമിച്ചുകൊണ്ടിരുന്നു. കണ്ണ ടച്ചുകിടന്ന് അവൾ ദൈവത്തെ വിളിച്ചു.

ദിനങ്ങൾക്കു മുമ്പു മാത്രം സ്റ്റീഫനെ വിവാഹം കഴിക്കുമ്പോൾ, അയാൾ മരിച്ചുപോകുമെന്ന് മേരി ഭയന്നിരുന്നു. ഭർത്താവു മരിച്ചാൽ തന്റെ പ്രതികരണങ്ങളെന്തൊക്കെയായിരിക്കണമെന്ന് ചിട്ടപ്പെടുത്തിയിരുന്നു മേരി. ഇപ്പോൾ കൂടുതൽ കരയുക. വിങ്ങിപ്പൊട്ടി ഒടുവിൽ ദുഃഖം നിറഞ്ഞ നിശ്വാസങ്ങൾക്കുശേഷം കണ്ണടച്ചു കിടന്ന് കർത്താവിനെ വിളിക്കുക. മനസ്സിൽ പലവട്ടം ചെയ്തു പഠിച്ച ആ പ്രശ്നപരിഹാരം അതേപടിയാ വർത്തിക്കാൻ ഇപ്പോൾ തനിക്കു കഴിഞ്ഞതിൽ മേരിജോൺസ് ചരി താർത്ഥയായി.

പൊലീസും ഇടവകക്കാരും ചേർന്ന് ശവം താഴ്ത്തിറക്കി. ബന്ധുമി ത്രാദികളുടെ സംശയലിപ്തമായ നോട്ടമധികമേല്ക്കാതെ ശവം പൊലീസ് വാനിൽ ആശുപത്രിയിലേക്കു നീക്കി.

പോസ്റ്റുമോർട്ടം ടേബിളിൽ നിന്നും സ്റ്റീഫനെ നേരെ വീട്ടിലെത്തിച്ചു. അയാളെക്കുറിച്ചുള്ള കപട സ്തുതികൾ കേട്ടുകേട്ട് മേരി സത്യവും മിഥ്യയും തമ്മിലുള്ള അന്തരം അറിയാത്തവളായി. ഒടുവിൽ അയാളെ കിടത്തിയ ആ വലിയ കറുത്ത പെട്ടിയുടെ ശ്മശാനയാത്രയെ കവല യിലെത്തും വരെ നോക്കി നില്ക്കാനെ അവൾക്കു കഴിഞ്ഞുള്ളൂ. വീട്ടി ലേക്കു പോരുമ്പോൾ അവൾ അതിശയത്തോടെ കണ്ടു: ആ ശവ യാത്രക്കാർ വെറും പെട്ടിയുമായിട്ടാണ് പള്ളിയിലേക്കു പോയത്. ശവം അവിടെ കിടന്നിരുന്നു. അവൾ ആരോടും പറയാൻ പോയില്ല. ആ ശരീരം നോക്കിനോക്കിയിരുന്ന് അവൾ എപ്പോഴോ വിളക്കണച്ചു കിടന്നു.

എപ്പോഴോ, എന്തോ തട്ടിവീണുടയുന്ന ശബ്ദം കേട്ടു. നനുത്ത കാൽപ്പെരുമാറ്റം. ഒരു തൂവൽ വീഴുന്നതുപോലെ.

ഇരുളിൽ തപ്പിത്തടഞ്ഞ് തുഴഞ്ഞുതുഴഞ്ഞു നടന്ന സ്റ്റീഫൻ അലമാരയിൽ തൊട്ടു. കൃത്യം അതേ സമയത്തു തന്നെ മറ്റൊരു കൈയും അവിടെ തൊടുന്നതറിഞ്ഞ് അയാൾ പെട്ടെന്നു ലൈറ്റിട്ടു. മേലാകെ മൂടിപ്പുതച്ച രൂപത്തിന്റെ കഴുത്തിൽ കുത്തിപ്പിടിച്ച് അയാൾ അലറി.

മോഷ്ടിക്കാൻ കയറിയോ നീ.

ആ രൂപം അയാളോടും തിരിച്ചു ചോദിച്ചു.

മോഷ്ടാവു നീ. പുതപ്പിൽ മൂടി നീയും മോഷ്ടിക്കുകയല്ലായിരുന്നോ? ചതിയാ.

രണ്ടാളും മൂടിയിരുന്ന പുതപ്പുകൾ പരസ്പരം വലിച്ചുമാറ്റി. പുത പ്പിന്റെ ചലനങ്ങളിൽപ്പെട്ട് പനിനീർപ്പൂക്കൾ പിടിപ്പിച്ച അവരുടെ പൂപ്പാത്രം താഴെവീണുടഞ്ഞു.

ഹൃദയാകാരത്തിലുള്ള അത് കുറെ കൂർത്ത ചില്ലുകളായി തറയിൽ ഓടിനടന്നു.

സ്വാമിഭക്തനായ ഒരു സേവകനു സംഭവിച്ച ദുരന്തം

ഉത്തമൻ എപ്പോഴോ അടിതെറ്റി വീണു. ഓർമ്മ നിയതമല്ലാത്ത ഒരു വട്ടംകറങ്ങലിലാണ്. കാലത്തെക്കുറിച്ചും ഒരയഥാർത്ഥ ബോധമേ യുള്ളൂ. ഇപ്പോൾ ഓർമ്മച്ചരട് ഒരു ബലമില്ലാത്ത കുറ്റിയിൽ തുടങ്ങുന്നു. അതിലൂടെ ഒച്ചിനെപ്പോലെ ഇഴയുമ്പോൾ ഒടുക്കം തടിയൻ ലഡ്ജറു കൾക്കു കീഴിൽ ഉടൽ ഞെരിഞ്ഞമർന്നിരിക്കുന്നതായി തോന്നുന്നു. ഉടൽ എന്നു പറഞ്ഞാൽ ഒരു വയറും അതിൽ നിറഞ്ഞ തീയും മാത്രം. ആ തീ പടർന്ന് ഉടൽ നിറയുമ്പോൾ ഉത്തമൻ ഒരു തടിയൻ ലഡ്ജറിന്റെ കോണിൽ(അത് കണക്കെഴുത്തുപിള്ളയുടെ വിരലുകൾ നേരത്തെതന്നെ തിന്നു തുടങ്ങിയതാണ്) മെല്ലെ കടിക്കുന്നു. നേർത്ത കടലാസിന്റെ ചവർപ്പ് ഉദരത്തിലെ തീയിലൊടുങ്ങി.

വിശപ്പു കത്തുമ്പോഴൊക്കെ ഉത്തമന് ലഡ്ജറിന്റെ കടലാസുകൾ തിന്നു തീർക്കാം. അയാളിപ്പോൾ പൂർണ്ണമായും രൂപഭേദം വന്നവനായി. ഒരുകൂട്ടം ചിതലുകൾ അയാൾക്കൊപ്പം ലഡ്ജറിന്റെ സ്വാദറിയാനെത്തിയ വേളയിൽ മാത്രമാണ് അയാളറിഞ്ഞത്.

അവരിൽനിന്നും ഞാൻ ഒട്ടും വ്യത്യസ്തനല്ല. ഹാ! ദൈവമേ നമുക്ക് ഈ ലഡ്ജറുകൾ തിന്നുതീർക്കാം.

ഇപ്പോഴും കോപം ശമിക്കാതെ പ്രബോധാനന്ദൻ ലഡ്ജറുകൾ വലി ച്ചെറിഞ്ഞുകൊണ്ടിരിക്കുന്നു.

ഉത്തമൻ ഒരു കണക്കപ്പിള്ളയായിരുന്നു. പ്രബോധാനന്ദന്റെ തിരു മ്മുശാലയിലെ കുഴമ്പും കുന്തിരിക്കവും മണക്കുന്ന വായു ശ്വസിച്ച്, വര വുചെലവുകൾ തിട്ടപ്പെടുത്തി ലാഭത്തിനു സമവാക്യങ്ങൾ സൃഷ്ടിച്ച് കാലം കഴിച്ചു പോന്നു. ഗണപതിക്കോവിലിലെ ശംഖനാദം മുഴങ്ങു മ്പോൾ, ഇടനാഴിയിലൂടെ ഗൗരിക്കുട്ടിയുടെ മൂക്കുത്തിപ്പറ്റു തിളങ്ങുമ്പോൾ, അവൾക്കു പുറകെ പ്രബോധാനന്ദന്റെ മുറിയുടെ വാതിൽ അടയുകയും

ഇടിമുഴക്കം പോലെ കരച്ചിൽ ഇടനാഴിയിലൂടെ ഒഴുകിയെത്തുകയും ചെയ്യുമ്പോൾ ഒക്കെ ആദികാവ്യത്തിന്റെ ലഹരിയോടെ അയാൾ വരവു ചെലവുകൾ കുറിച്ചിട്ടു.

ഉത്തമൻ മറ്റു ചിതലുകൾക്കൊപ്പം ലഡ്ജറുകൾ കടിച്ചുതിന്നു. അവന്റെ ഇത്തിരിക്കണ്ണുകളിൽ, സപ്രമഞ്ചത്തിൽനിന്നും താഴേക്കു വീ ണുകിടക്കുന്ന നീണ്ടമുടിയിഴകൾ കാണായി. കെട്ടിയിട്ട പനംപായ മുറി യ്ക്കുള്ളിലേക്കു കാറ്റു തുപ്പുന്നുണ്ടെന്ന് അതിന്റെ നിരന്തരമായ ആട്ടം സൂചിപ്പിച്ചു. മുറിക്കുള്ളിൽ വിന്യസിക്കപ്പെട്ട നിഴലുകളുടെ ചലനങ്ങളിൽ നിന്നും അതൂഹിക്കാൻ ഉത്തമൻ ചിതലിനു കഴിഞ്ഞു. പോരെങ്കിൽ സപ്ര മഞ്ചത്തിൽ നിന്നും തൂങ്ങിക്കിടക്കുന്ന ആ നീണ്ട മുടിയിഴകൾ ചലിച്ചു കൊണ്ടിരുന്നു.

അയാൾക്കുപറ്റിയ ദുരന്തത്തിനും രൂപഭേദത്തിനും ശേഷം ഗൗരി ക്കുട്ടി അകത്തു പ്രവേശിക്കുകയും അച്ഛൻ തിരുമേനിയോടൊപ്പം ശയി ക്കുകയും ചെയ്തിട്ടുണ്ട്.

ഒരു കുഞ്ഞു കരയുന്നു. ഉത്തമൻ ചിതൽ ഓർക്കാൻ ശ്രമിച്ചു. അകത്ത് മുറിയുടെ മദ്ധ്യത്തിൽ ഉയർത്തിക്കെട്ടിയ തട്ടിൽ സപ്രമഞ്ചത്തിൽ ചികിത്സാ സഹസ്രസാഗരമായി പ്രബോധാനന്ദൻ ശയിച്ചുപോന്നു. ഉത്ത മന്റെ സ്വാതന്ത്ര്യം കണക്കിന്റെ ലോകത്തു മാത്രം ഒതുങ്ങി. തടിയൻ കണക്കുപുസ്തകത്തിന്റെ നീലരേഖകളിൽ നേർക്കുനേരെ അക്കങ്ങളെ കൊരുത്തു കൊണ്ട് കണ്ണും, കാതും, വിരലും, അയാളും കഴിഞ്ഞുപോ ന്നു. ഗൗരിക്കുട്ടി കടന്നുവരുമ്പോൾ ചുവപ്പു മൂക്കുത്തിക്കല്ലിന്റെ വെളിച്ചം ലഡ്ജറിലൂടെ ഒന്നു മിന്നും. തിരുമേനിയായ പ്രബോധാനാനന്ദനുമായി വെടിപറഞ്ഞുല്ലസിക്കാനെത്തുന്ന അവരെ ഒന്നു തിരിഞ്ഞു നോക്കാൻ കൂടി അയാൾക്കവകാശമില്ല.

ഇപ്പോഴും കുഞ്ഞിന്റെ കരച്ചിൽ കേൾക്കാം. ഉത്തമന്റെ ഗുരുതര മായ കൃത്യ വിലോപത്തിനു തക്ക ശിക്ഷ തന്നെ കിട്ടിയിരിക്കുന്നു. ഗൗരി ക്കുട്ടിയുടെ കുഞ്ഞ് പ്രബോധാനന്ദന്റെ കോപം കണ്ടു പേടിച്ചിരിക്കും. അല്ലെങ്കിൽ വിശന്നു കരയുമ്പോൾ ഈമ്പിക്കുടിക്കാൻ തള്ളവിരലു മാത്രം പോരാ എന്നതിനു തോന്നിയിരിക്കും. അല്ലെങ്കിൽ ആരോ തമാശക്കു വേണ്ടി കത്തുന്ന സിഗററ്റുകുറ്റി അകത്തേക്കെറിഞ്ഞിരിക്കും. സപ്രമഞ്ച ത്തിൽനിന്നും ഗൗരിക്കുട്ടി താഴെ ഇറങ്ങി നിന്നു. കാൽവിരലുകളില ണിഞ്ഞ വെള്ളി വളയങ്ങൾ അകന്നകന്നു പോകുന്നത് ഉത്തമൻ ചിതൽ കണ്ടു.

തിരുമ്മുശാലയിൽ മൂന്നു വർഷം മുമ്പെത്തിയ പ്രഥമദിനത്തിൽ തന്നെ സ്വാമിയുടെ വിശ്വാസമാർജ്ജിക്കാൻ ഉത്തമനു കഴിഞ്ഞു. അന്നും അതിൽ പിന്നീടുള്ള ദിവസങ്ങളിലും പ്രബോധാനന്ദന് ഉത്തമനിൽ സ്നേഹം വർദ്ധിച്ചു വരാൻ കാരണമുണ്ട്. രാവിലെ തന്നെ തിരുമ്മുശാല തുറക്കേണ്ടതുണ്ട്. എന്നാൽ പ്രബോധാനന്ദന് തന്റെ താക്കോൽക്കൂട്ടത്തി ലുള്ള ഓരോ താക്കോലും കൊണ്ട് വാതിൽപ്പൂട്ടു തുറക്കാൻ എത്ര തവണ

ശ്രമിച്ചിട്ടും കഴിയാതെ വരികയും ഉഴിച്ചിൽക്കാരുടെ ഒരു നീണ്ട നിര തന്നെ തിരുമ്മുശാലക്കുമുമ്പിൽ ഇടനാഴിയിൽ രൂപം കൊണ്ടുവരുകയും ചെയ്യുന്ന എല്ലാ ദിവസങ്ങളിലും വാതിൽപ്പടിയിലൂടെ തൂങ്ങിക്കയറി, വെന്റിലേറ്ററി ലൂടെ കയ്യിട്ട് കൊളുത്തു നീക്കി വാതിൽ തുറക്കാൻ ഉത്തമനാണ് അയാളെ സഹായിച്ചിരുന്നത്. ഈ പ്രവൃത്തിയിൽ നിന്നും പ്രബോധാന ന്ദന്റെ അസാന്നിദ്ധ്യത്തിലും ഉദാഹരണത്തിന് രാത്രിയിൽ, ഏകനായി ഉത്തമന് തിരുമ്മുശാലയിൽ കടക്കാൻ കഴിയുമെന്നും തന്നിഷ്ടം സാധി ക്കാമെന്നും അറിഞ്ഞിട്ടും തന്റെ സേവകനെ സംശയിക്കാൻ ആ സ്വാമി തയ്യാറായില്ല എന്നുകൂടി ഓർക്കുക. നിഷ്കന്മഷമായ തന്റെ സേവനം നടത്തുന്നതിന് ഇതൊന്നും ഉത്തമനും ഒരു തടസ്സമായില്ല.

ഒരു തിരുമ്മുശാലയിൽ ഇത്രയധികം കണക്കുകൂട്ടലും ലാഭനഷ്ടവും എങ്ങനെ സംഭവിക്കുന്നു എന്നൊരു സംശയം ഉണ്ടാകാൻ ഇടയുണ്ട്. എന്നാൽ വിവിധങ്ങളായ തന്റെ പ്രവർത്തന മണ്ഡലങ്ങളിൽ ഏറ്റവും ഹൃദ്യവും ഇണങ്ങിയതും ഈ ഉഴിച്ചിൽശാലയാണെന്നാണ് പ്രബോധാ നന്ദന്റെ വിശ്വാസം. അതുകൊണ്ട് അയാൾ എപ്പോഴും അതിനു ള്ളിൽത്തന്നെ കഴിച്ചുകൂട്ടി. മറ്റു സ്ഥാപനങ്ങളിലെ കണക്കുകളാണ് ഇവിടെ കൂടുതലും കൈകാര്യം ചെയ്യുന്നത്.

തിരുമ്മുശാലയുടെ പ്രധാന കവാടം ഒരു നീണ്ട ഇടനാഴിയാണ്. ഇടനാഴി നഗരത്തിലെ പ്രധാന വീഥിയിലേക്കു തുറക്കുന്നു. ഉത്തമന്റെ സ്ഥാനം ഇടനാഴിയുടെയും പ്രധാന കെട്ടിടത്തിന്റെയും 'കൂടിച്ചേരൽ' നട ക്കുന്നിടത്താണ്. വാസ്തവത്തിൽ ആ ഭീമൻ ലഡ്ജർ ശേഖരത്തിനിടക്ക് അയാൾ ഒരു ചെള്ളുപോലെ അരിച്ചു നടക്കുകയാണ്. (ഈ ലഡ്ജർ തന്നെ വരുംവരായ്കകളുടെ സൂചനയായി ഉത്തമൻ മനസ്സിലാക്കിയിരു ന്നില്ല). ഇരിപ്പിടത്തിൽ നിന്നുള്ള അയാളുടെ കാഴ്ച ഒരു ചലച്ചിത്രത്തി ലേതു പോലെയാണ്. ഇടനാഴി തെരുവിലേക്കു തുറക്കുന്നു. അയാളുടെ കാഴ്ച തെരുവു മുറിച്ച് ഉയർന്ന മതിലും ചെടിച്ചട്ടികൾ നിരത്തിയ ടെറ സ്സുമുള്ള ഒരു കെട്ടിടത്തിൽ അവസാനിക്കുന്നു. ഈ ദൃശ്യത്തിന്റെ പശ്ചാ ത്തലത്തിലായതുകൊണ്ട് അയാളുടെ കാഴ്ചക്ക് ഒരു ചിട്ടപ്പെടുത്തിയ രൂപമുണ്ട്. തെരുവിലൂടെ പാഞ്ഞുപോകുന്ന വാഹനങ്ങളും അങ്ങോട്ടു മിങ്ങോട്ടും കുതിച്ചുവീഴുന്ന യാത്രക്കാരും എല്ലാം ഈ പശ്ചാത്തലത്തിലേ അയാൾക്കു സങ്കല്പിക്കാൻ കഴിയു. പ്രദർശനത്തിനു വച്ചിരിക്കുന്ന ഒരു വസ്തുവായി നഗരത്തിരക്ക് നെടുകെ ഛേദിച്ച് ഈ ഇടനാഴിക്കു മുമ്പിൽ വച്ചിരിക്കുന്നതായി ആർക്കും തോന്നിപ്പോകും.

അന്ന് ഉത്തമൻ ആ മതിലിനു മുകളിൽ രണ്ടു പട്ടികൾ അങ്ങോട്ടു മിങ്ങോട്ടും നടക്കുന്നതു നോക്കിയിരിക്കുകയായിരുന്നു. ഇരുണ്ട കറുപ്പു നിറമുള്ള ഒരെണ്ണവും വെള്ളയിൽ കറുത്തതോ കറുപ്പിൽ വെളുപ്പോ പുള്ളികളുള്ള മറ്റൊന്നും. പെട്ടെന്ന് കാഴ്ച ആകെ മറച്ചുകൊണ്ട് ഇടനാ ഴിയുടെ തുടക്കത്തിൽ എന്തോ പ്രത്യക്ഷപ്പെട്ടു. ആ രൂപത്തിന് രണ്ടു കാലുകളിൽ ഉറച്ചുനില്ക്കാൻ കഴിയും. അതിന്റെ വലതു തോളിന്റെ

താഴെ രണ്ടു കാലുകളും ഒരു കയ്യും ഇടതുതോളിന്റെ താഴെ മൂന്നു കൈകളും ചിട്ടയില്ലാതെ സ്ഥാപിച്ചിരുന്നു. അത് ഇടനാഴിയിലൂടെ ഉത്ത മന്റെ നേർക്കടുത്തു. അടുത്തെത്തിയപ്പോൾ മാത്രമാണ് പത്തുപന്ത്രണ്ടു വയസ്സുള്ള ഒരു കുട്ടിയെ കോരിയെടുത്തുകൊണ്ടു വരുന്ന ഗൗരിക്കുട്ടി യാണതെന്നു മനസ്സിലായത്. ഇതായിരുന്നു ഗൗരിക്കുട്ടിയുടെ ആദ്യ സ ന്ദർശനം. സുഖപ്പെട്ട ഒടിഞ്ഞ കാലുള്ള ആ കുട്ടിയും കുഴമ്പിന്റെ മണവും പ്രബോധാനന്ദന്റെ മുറിയിൽ നിന്നിറങ്ങി ഇടനാഴി കടന്നുപോയി ഏറെ ക്കഴിഞ്ഞാണ് ഗൗരിക്കുട്ടി പോയത്. ഇടനാഴിയിൽ നിന്നും തെരുവിലേക്കു തുള്ളിച്ചാടി അവർ അപ്രത്യക്ഷയായി.

ഇപ്പോഴും ആ പട്ടികൾ ഒരു മാർച്ചുപാസ്റ്റിലെപ്പോലെ മതിലിനു മു കളിൽ അടിവച്ചു നടക്കുന്നുണ്ടായിരിക്കും. അല്ലെങ്കിൽ ആ ടെറസ്സിനു മുകളിൽ വീട്ടമ്മയുടെ കാൽ ഉരുമ്മി നില്ക്കുകയാവും. ഉത്തമൻ ചിതൽ ഓർത്തു.

എല്ലാ ദിവസവും ഗൗരിക്കുട്ടി വരുമായിരുന്നു. ഉത്തമന്റെ പിന്നീടുള്ള അന്വേഷണത്തിൽ അവർ അവിടത്തെ പ്രധാന വേശ്യയാണെന്നും തിരു മ്മുശാലയുടെ തൊട്ടപ്പുറത്ത് തെരുവോരത്തിലെ വീട്ടിൽ പാർക്കുന്നെന്നും മനസ്സിലായി. ഉത്തമൻ തന്റെ കണക്കുപുസ്തകങ്ങളിൽ സ്വയം നഷ്ട പ്പെട്ടിരിക്കുന്ന അവസരങ്ങളിലൊക്കെ ഇടിമുഴക്കം പോലെ പൊട്ടിവീഴുന്ന കരച്ചിൽ ഗൗരിക്കുട്ടിയുടെ കുഞ്ഞിന്റേതായിരുന്നു.

ക്രമേണ പ്രബോധാനന്ദൻ ഗൗരിക്കുട്ടിയിൽ ആകൃഷ്ടനായി. അവർ എങ്ങോട്ടെങ്കിലും പോകുമ്പോൾ ഇളയ കുട്ടിയെ ഇടനാഴിയിൽ കിടത്തും. പോകും മുമ്പ് പ്രബോധാനന്ദന്റെ മുറിയിലേക്കു നോക്കി വിളിച്ചുപറയും: "പൊന്നൊടയതേ കൺപാർത്തോണേ ഗൗരീടെ കൊച്ചുകരേല്ലേ. വെശ ന്നാ രണ്ടു തോശ വാങ്ങിക്കൊടുക്കണേ." പ്രബോധാനന്ദൻ ഒന്നും മറു പടി പറയില്ലെങ്കിലും സമ്മതം മൂളിയെന്നർത്ഥമാക്കി ഗൗരിക്കുട്ടി പോകും. കുട്ടി വല്ലപ്പോഴും കരഞ്ഞാൽ പ്രബോധാനന്ദൻ തന്റെ മുറിയിലിരുന്ന് പൂച്ചയുടെ ശബ്ദത്തിൽ കരയും. ഇടനാഴിയിലെ നേരിയ വെളിച്ചവും തണുപ്പും പറ്റിക്കിടന്ന് കുട്ടി വേഗം ഉറങ്ങിപ്പോകുകയും ചെയ്യും. ഒരി ക്കൽ മാത്രം അതു നിർത്താതെ നിലവിളിച്ചു. ഏതോ, യാത്രക്കാരൻ തമാശക്കു വേണ്ടി ഇടനാഴിയിലേക്ക് ഒരു സിഗററ്റുകുറ്റി എറിഞ്ഞു. കുഞ്ഞ് ആർത്തിയോടെ ഇഴഞ്ഞെടുത്തു. വിശപ്പും ആഹ്ലാദവും കൊണ്ട് കുട്ടി സിഗററ്റിന്റെ തീക്കുറ്റ് വായിലാക്കി ഇടിമുഴക്കം പോലെ കരഞ്ഞു.

അപ്പോൾ പ്രബോധാനന്ദന്റെ മുറിയിൽ നിന്നുയർന്ന പൂച്ചകരച്ചി ലിനോ ഇടനാഴിയിലെ തണുപ്പിനോ കുട്ടിയെ സാന്ത്വനപ്പെടുത്താനായില്ല. ഒടുവിൽ പ്രബോധാനന്ദൻ എഴുന്നെള്ളി കുട്ടിയെ മാറോടു ചേർത്ത് രണ്ടു ദോശ വാങ്ങി അവന്റെ വായിൽ തിരുകി സന്തോഷിപ്പിച്ചു.

അച്ഛൻ തിരുമേനി തിരുമ്മുശാല സന്ദർശിച്ച ദിവസമാണ് ഉത്തമൻ കണക്കുപുസ്തകങ്ങളിൽ നിന്നും രക്ഷപ്പെട്ടത്. ("ഇന്നാണല്ലോ അത് ആ ദുർദ്ദിനം." ഉത്തമൻ ചിതൽ ആശ്ചര്യത്തോടെ ഓർത്തു). അന്നു

വാതിൽപ്പടിക്കു മേലെ കെട്ടിയിട്ട പനംപാ ആട്ടുന്ന പണിയാണ് അയാൾക്കു കിട്ടിയത്. തടിയൻ ലഡ്ജറുകൾ പ്രബോധാനന്ദൻ ഏറ്റുവാങ്ങി. സപ്രമഞ്ചത്തിൽ മലർന്നു കിടന്ന് അച്ഛൻ തിരുമേനി ലാഭനഷ്ടക്കണക്കുകൾ ചോദിച്ചു. ഇടനാഴിയിൽ എപ്പൈഴോ ഇടിമുഴക്കംപോലെ കരച്ചിൽ. അച്ഛന്റെ ചോദ്യങ്ങൾക്കുത്തരം പറയുകയായിരുന്ന പ്രബോധാനന്ദൻ ഉണർന്നു. കണക്കുപുസ്തകത്തിനു മുകളിലൂടെ ഇടനാഴിയിലേക്കു നോക്കി. കുട്ടി നിലവിളിച്ചുകൊണ്ട് ഇഴയുന്നു. പ്രബോധാനന്ദൻ ഉത്തമന്റെ കണ്ണുകളിലേക്കു നോക്കി. അപ്പോൾ തന്റെ ചോദ്യങ്ങൾക്കുത്തരം കിട്ടാഞ്ഞ് അച്ഛൻ തിരുമേനിക്കു ദേഷ്യം വന്നു. "അസത്തേ പ്രബോധാ ഇടയ്ക്കു സമാധിയോ" താടിയുഴിഞ്ഞ് പ്രബോധാനന്ദൻ ഉത്തരങ്ങൾ പറഞ്ഞു തുടങ്ങി. വീണ്ടും കരച്ചിൽ. എങ്ങോ ഒരു പൂച്ചകരഞ്ഞു. ഇതൊന്നും ശ്രദ്ധിക്കാതിരിക്കാൻ ഉത്തമൻ മനസ്സ് മറ്റു കാര്യങ്ങളിലേക്കു തിരിച്ചുവിട്ടു. അച്ഛൻ തിരുമേനിയുടെ നെറ്റിയിലെ കളഭക്കുറ, ആ ചെവികളുടെ വലിപ്പം (അവയ്ക്കിടയിൽ ഓരോ പട്ടിക്കു പെറ്റു കിടക്കാൻ സ്ഥലമുണ്ട്.) ഇങ്ങനെ ഓരോന്നാലോചിച്ചുകൊണ്ട് ഉത്തമൻ പനംപാ ആട്ടുന്നതു നിർത്തി.

വീണ്ടും കുഞ്ഞിന്റെ കരച്ചിൽ. സ്ഥലകാലബോധം വന്ന ഉത്തമൻ ഞെട്ടിത്തരിച്ചു.

വെള്ളഴുത്തുകണ്ണടയിലുറങ്ങിക്കിടന്ന അച്ഛൻ തിരുമേനിയുടെ സഹതാപം പ്രബോധാനന്ദൻ അറിയുന്നു. ഉത്തമനെഴുതിയ കുറിപ്പ് അയാളുടെ തുറിച്ച കണ്ണുകൾക്കു മുമ്പിലേക്ക്, വരവുചെലവു കണക്കുകളോടൊപ്പം എത്തുന്നു.

"സ്വാമീ, കുട്ടി കരയുന്നു. അങ്ങു ചെന്നെടുക്കണം. എങ്കിലേ കരച്ചിലടങ്ങൂ". പ്രബോധാനന്ദന്റെ വിരലുകൾക്കിടയിൽ ആ കുറിപ്പിന്റെ കഴുത്തൊടിഞ്ഞു. അതിൽ നിന്നും മീൻ ചെതുമ്പലുകൾ പോലെ കൊഴിഞ്ഞു വീണ അക്ഷരങ്ങൾ ഉത്തമനു നേരെ പറന്നുപോയി. (വേണ്ട, അതു കരഞ്ഞോട്ടെ. എനിക്കെന്താ– ഉത്തമനോർത്തു) ഉത്തരമില്ലാതെ ആ കുറിപ്പ് പ്രബോധാനന്ദന്റെ കൈകളിൽ വിറച്ചുതുള്ളി. ഒരുനെടുവീർപ്പോടെ അതു ചവറ്റുകുട്ടക്കു നേരെ മുഖംതിരിച്ചു വീണു.

ആ കുട്ടി ഇപ്പോൾ തെരുവിലേക്കു വീഴും – ആദ്യം ഉത്തമൻ മുഖം തിരിച്ചു കളഞ്ഞു. ഉത്തമനെപ്പോലെയുള്ള സേവകന് ഇതു കണ്ടില്ലെന്നു നടിക്കാൻ കഴിയുമോ. അയാൾ ഓടിച്ചെന്ന് കുട്ടിയെ വാരിയെടുത്തു. അവൻ നിലവിളി നിർത്തിയില്ല. അവനു പ്രബോധാനന്ദന്റെ മാറിൽ ചേർന്നു കിടക്കണം. രണ്ടു ദോശയും – ഉത്തമനായ ഉത്തമൻ കുട്ടിയെ പ്രബോധാനന്ദന്റെ മടിയിൽ വച്ചു. അച്ഛൻ തിരുമേനി ഞെട്ടി. ആ ചെവികൾക്കിടയിൽ പെറ്റുകിടന്ന പട്ടികൾ കയർത്തു. പ്രബോധാനന്ദന്റെ കണ്ണുകളിൽ തീ കത്തി. അയാളുടെ വിരലുകൾ ലഡ്ജറിന്റെ വക്കുകളിൽ കത്തിക്കയറി. അച്ഛൻ തിരുമേനിയുടെ മുമ്പിൽ താൻ അപമാനിതനായി. കയ്യിലിരുന്ന തടിയൻപുസ്തകം ഉയർത്തി അയാൾ ഉത്തമന്റെ തലയ്ക്ക

ടിച്ചു. തളർന്നുവീണ അയാൾക്കു മീതെ വീണ്ടും വീണ്ടും കണക്കുപു
സ്തകങ്ങൾ നിറയുന്നതും അവയ്ക്കിടയിൽപ്പെട്ട് അനങ്ങാൻ കഴിയാതെ
താൻ വെറും ഞരക്കങ്ങൾ മാത്രമാകുന്നതും അയാളറിഞ്ഞു. അച്ഛൻ
തിരുമേനിയുടെ കൂർക്കം വലിയും കേട്ടു.

മുകളിൽ ലഡ്ജർ കൂന. വയറിൽ തീകത്തിയപ്പോൾ ഉത്തമൻ
ചിതൽ വീണ്ടും ഗ്രന്ഥക്കൂന തിന്നാൻ തുടങ്ങി. സ്വന്തം വിരലുകൾ കുറി
ച്ചിട്ട കറുത്ത അക്ഷരങ്ങളെ തിന്നുമ്പോൾ അയാൾക്കു ധാർഷ്ട്യം
തോന്നി. പെറ്റിട്ട കുഞ്ഞുങ്ങളെ കണ്ണു വിരിയും മുമ്പെ കടിച്ചീന്തുന്ന
സിംഹത്തെപ്പോലെ, ഉത്തമന്റെ കയ്യക്ഷരങ്ങൾ അയാൾ തിന്നുതീർത്തു.
വിയർപ്പും, കട്ടപിടിച്ച മഷിയും ഉമിനീരും കുഴച്ചു വിഴുങ്ങുമ്പോൾ ഉത്ത
മൻ ചിതൽ കാണുന്നു:

തലയില്ലാത്ത ഒരു ചിലന്തി അഞ്ചുകാലുകളിൽ നൃത്തം വച്ച്
ലഡ്ജർ കൂനയിൽ ഒടുങ്ങുന്നു.

അപ്പോൾ കാലം മരിച്ചിരുന്നു

അരുൾതമ്പി അനശ്വരനാണ്. അയാളുടെ അടിമ, അശോകൻ.

വായ്തുറന്ന് ഉറങ്ങുന്ന അരുൾതമ്പിയെ അടിമയ്ക്ക് കൊല്ലാവുന്ന തേയുള്ളൂ. കാവലടിമയുടെ കഠാരി ശീൽക്കാരത്തോടെ ഉയർന്നുതറ ച്ചാൽമതി. എന്നാൽ അശോകന്റെ മനസ്സ് കല്ലിച്ചിട്ടില്ല, അയാൾക്കതു വയ്യ.

അശോകനു മടുത്തു ചിന്ത നിയതമായ പാതകൾ വെടിഞ്ഞു. കുഞ്ഞൊഴുക്ക്. ചിന്നിച്ചിതറിയ വിഷയങ്ങളുടെ മിശ്രിതമോ ചിന്ത? ഒന്നും ശക്തമല്ല. എന്നിട്ടും ആ അടിമയ്ക്ക് ഓരോന്നും പ്രാധാന്യമുള്ള വി ഷയം തന്നെ. ഇതോ ആകുല മനസ്സിന്റെ നില? കോളേജ് മൈതാനത്ത് കുട്ടികൾ കല്ലു കളിക്കാൻ കുഴിച്ചകുഴികൾ. അശോകൻ ആ കുഴികൾക്ക രികെ തകർന്നുകിടക്കുകയാണ്. ആ വലിയ മൈതാനം അയാളെ താങ്ങി ക്കിടത്തിയിരിക്കുന്നു. പാന്റു നനഞ്ഞത് ചാറ്റൽമഴ കൊണ്ടു മാത്രമല്ല. മൈതാനത്തു തളം കെട്ടിയ സ്വന്തം മൂത്രത്തിൽ കുഴഞ്ഞിട്ടുമുണ്ട്. മരി ക്കാൻ പുറപ്പെട്ടതാണ്. കഴിഞ്ഞ രാത്രി. അരുളിന്റെ വിസ്കി മോഷ്ടിച്ചു. ഉറക്കഗുളിക പാന്റിന്റെ കീശയിൽ. മൂത്രം കുഴഞ്ഞിട്ടുണ്ടാവും.

കഴിഞ്ഞ രാത്രിയിൽ മൈതാനത്തിരുന്ന് വിസ്കിക്കുപ്പി തുറന്ന് മുഴു വനും വായിലേക്കു കമഴ്ത്തി. നക്ഷത്രങ്ങളെയും, മുറിഞ്ഞ ചന്ദ്രക്കല യെയും നോക്കി തൊഴുത് മൃത്യുപൂജ ചെയ്തു. തൊഴുകൈയോടെ ചരി ഞ്ഞുവീണിട്ടുണ്ടാവും. കുറെ പിടച്ചിലുകൾക്കുശേഷം നിർവ്വാണം. എന്നാൽ അശോകൻ മരിച്ചില്ല. മൂത്രത്തിൽ കുളിച്ചു. ചാറ്റൽമഴയ്ക്കു വേണ്ടി വായ് പിളർന്നു കിടന്നു. പത്തു മണിക്കൂർ കഴിഞ്ഞ് മറ്റൊരു ദിവസത്തേക്ക്, അടിമജീവിതത്തിലേക്കു കണ്ണു തുറന്നു. അശോകൻ അപ്പോഴാണറിയുന്നത് ഉറക്കഗുളിക വിഴുങ്ങിയിരുന്നില്ല. പാതി കുഴഞ്ഞ ഗുളികയുടെ ശുഭ്രത, കണ്ണുകൾക്കു മുമ്പിൽ കണ്ട കുഴികളിൽ ഒന്നാ ന്നായി പൊഴിച്ചിടാൻ തുടങ്ങി. വൺ....ടു...ത്രീ... മുപ്പത്തിനാലുവരെ

എണ്ണി. മോഷ്ടിച്ചത് എത്ര കൃത്യമായിട്ടായിരുന്നു. വയസ്സൊന്നിന്, അല്ലെ
ങ്കിൽ ചിങ്ങത്തിരുവോണമൊന്നിന് ഓരോന്നു വീതം മുപ്പത്തിനാല് ഗുളി
കകൾ. വെറുതെ വാരിയെടുത്തു കീശയിൽ ഇട്ടതാണ്. ഒന്നും കൂടു
തലോ കുറവോ ഇല്ല. അതാണ് ജഗന്നിയന്താവിന്റെ പ്രസക്തി.

ദൂരെ, വെയിലിൽ തെളിഞ്ഞു കാണുന്നത് അശോകൻ പഠിച്ച കോള
ജിന്റെ ക്ലോക്ടവറാണ്. ചേതനയറ്റ സൂചികൾ ഭീകരജീവിയുടെ നീണ്ട
മേൽമീശ പോലെ.

സമയം ഏഴ് ഇരുപത്. എപ്പോഴുമെപ്പോഴും.

ഏതോ ദിക്കിൽ നിന്നും മധുരതരമായ ഓടക്കുഴൽവിളി കേട്ടു.
അശോകൻ നെറ്റി ചുളിച്ച് പുരികങ്ങൾക്കു താഴെ മെല്ലെ തടവിത്തടവി
കണ്ണുകളുടെ തളർച്ച മാറ്റാൻ ശ്രമിച്ചു. അയാൾ കിടന്ന മൈതാനത്തിന്റെ
ചുറ്റുമതിലിൽ ഒരിടത്ത് ഒരു വലിയ ദ്വാരം. അതിൽ പട്ടിക്കുഞ്ഞുങ്ങൾ
നിലവിളിക്കുന്നു. ഒരു കൊച്ചുകുട്ടി അവയെ മേലോട്ടെറിഞ്ഞു പിടിച്ചു
കളിക്കുന്നു. വായുവിൽ പട്ടിക്കുഞ്ഞുങ്ങളുടെ കുത്തിമറിച്ചിൽ. കുട്ടി കളി
നിർത്തിയിട്ട് അശോകന്റെ നേർക്കു നടക്കാൻ തുടങ്ങി. അയാളുടെ
സമീപം കിടന്ന ഒഴിഞ്ഞ വിസ്കിക്കുപ്പിയെടുത്ത് അവൻ മതിലിനു നേരെ
എറിഞ്ഞു. അതു പൊട്ടാതെ മതിൽ കമ്മതിൽ കിഴിച്ചു റോഡിലേക്കു
വീണ് ഉരുണ്ടുരുണ്ടു പോയി.

അശോകൻ ഭയത്തോടെ കുട്ടിയെ നോക്കി തൊഴുതു.

"ക്ഷമിക്കണം കുട്ടീ. ഞാൻ മദ്യപിച്ചു. ആത്മഹത്യ ചെയ്യാനായി
രുന്നു."

കുഴികളിൽ കിടക്കുന്ന ഉറക്കഗുളികകൾക്കു മീതെ കുട്ടി കാലു
കൊണ്ടു മണ്ണു നീക്കിയിട്ടിട്ട് അവൻ അശോകനെ വിളിച്ചു.

"ബാ"

അശോകൻ വേച്ചു വേച്ച് അവന്റെ പുറകെ നടന്നു.

"എങ്ങോട്ട്"

ക്ലോക് ടവറിനു നേരെ വിരൽ ചൂണ്ടിക്കൊണ്ട് കുട്ടി ചിരിച്ചു.

"മരിച്ചു കിടക്കുന്നു കാലം. അതിലൂടെ പോകാം."

അശോകന് ആശ്വാസം.

അപ്പോൾ ഞാൻ മരിച്ചു കഴിഞ്ഞോ?

അരുൾതമ്പിയുടെ മുഖം പോലെ ക്ലോക്കിന്റെ മുഖം. 7.20ന്റെ സൂചി
ആ നീളൻ മീശതന്നെ. അശോകൻ കുട്ടിയെ വിലക്കി.

വേണ്ടാ കുഞ്ഞെ. അരുൾതമ്പി അതാ എന്നെ നോക്കി ഭയപ്പെടു
ത്തുന്നു.

"ആരാണയാൾ"

അശോകൻ അവനു പറഞ്ഞുകൊടുത്തു. ആറരയടി ഉയരമാണ്,
രോമക്കാടാണ്, ഒരു വലിയ തലയാണ്, ചുവന്ന ഉണ്ടക്കണ്ണുകളാണ്, ചെറു
നാസികയും, നീണ്ട കൊമ്പൻമീശയുമാണ് അരുൾതമ്പി. മേൽത്താടി
യെയും തലയെപ്പോലും ഉൾക്കൊള്ളാൻ തക്ക വലിപ്പത്തിൽ വളർന്നു

കിടക്കുന്ന വലിയ കീഴ്ത്താടിയാണ്, ഒരിക്കലും അടയാത്ത വായാണ്, പുകയില കറുപ്പിച്ച പുഴുപ്പല്ലുകളാണ് അരുൾതമ്പി. ശവം ചീയുന്ന മണ വുമാണ് അരുൾ. അശോകന്റെ സഹപാഠിയുമായിരുന്നു.

"ഒരിക്കൽ അയാൾ എന്നെ തിരക്കിയെത്തി. "

അന്തിച്ചന്തയിലെ പച്ചക്കറിക്കാരികൾ ആ ശരീരം കണ്ടു വിസ്മ യിച്ചു. അവരോട് അയാൾ അശോകനെക്കുറിച്ചന്വേഷിച്ചു. വിദ്യാഭ്യാസം അവസാനിപ്പിച്ച് വായനശാലയുടെ ഔദാര്യമറിഞ്ഞ് വൈകുന്നേരങ്ങൾ പോക്കുകയായിരുന്നു അശോകൻ. റഫറൻസ് ഗ്രന്ഥങ്ങൾക്കിടയിൽ ചത്തിരുന്ന പൂച്ചക്കുട്ടിയെ പുറത്തു കളയാനായി ലൈബ്രേറിയൻ പോയ നേരം. മുരൾച്ചയായി അരുൾത്തമ്പി.

"ഹായ്, അശോക്."

വായിച്ചുകൊണ്ടിരുന്ന പുസ്തകവുമായി അശോകൻ എഴുന്നേറ്റു. അവൻ ഭയന്നു വീണേനെ. ലൈബ്രേറിയൻ മൂക്കു പൊത്തിക്കൊണ്ടു തിരിച്ചെത്തി. തീർച്ചയായും ചത്ത പൂച്ചയുടെ മണം മാത്രമായിരുന്നില്ല അവിടെ നിറഞ്ഞിരുന്നത്.

"കുഞ്ഞേ, അതിനും രണ്ടു വർഷം മുമ്പ് അരുൾ എന്നോടൊപ്പം കോളേജിൽ പഠിച്ചിരുന്നു."

ഒരു സഹപാഠിയെ തലയ്ക്കടിച്ചു കൊന്നിട്ട് ഒരു വേട്ടനായെപ്പോലെ കോളേജ് വരാന്തയിലും ക്ലാസ്സ് മുറികളിലും അരുൾ അലറിപ്പാഞ്ഞു ന ടന്നു. ഇരുമ്പുവടിയുമായി.

"എനി ഏവനെങ്കിലുമുണ്ടോടാ"

തിരഞ്ഞെടുപ്പിൽ ജയിക്കേണ്ടവൻ എന്നും അരുൾതമ്പി. എതിരാ ളികൾ രക്ഷപ്പെട്ട് ഒളിച്ചു കടന്നു. സഹജീവികളോടു കാരുണ്യം കാട്ടു ന്നത് കൊല്ലപ്പെടേണ്ട ഒരു കുറ്റമാണെന്ന് അശോകൻ അന്നാണറിഞ്ഞത്.

"ജീവൻ രക്ഷിക്കുക, ശരീരം സൂക്ഷിക്കുക ഇതൊക്കെയാണു കുറഞ്ഞ മഹത്തായ കാര്യങ്ങൾ."

വായനശാലയിലെത്തിയ അരുൾതമ്പി അശോകന്റെ സഹായം തേടി. രതീഷിന്റെ വീടറിയണം. രതീഷും സഹോദരൻ രമേശും ബംഗ ളൂരിൽ അരുൾതമ്പിയോടൊപ്പം ജോലി ചെയ്യുന്നു.

"കുഞ്ഞേ, എനിക്കു വിശ്വാസമായില്ല. സഹപാഠിയെ ക്രൂരമായി തല തകർത്തു കൊന്ന ഒരു പാതിമനുഷ്യന് സ്നേഹിതരുണ്ടാവുക".

അശോകന് അരുൾതമ്പിയിൽ നിന്നറിയേണ്ടിയിരുന്നത് കോളേജിൽ അയാൾ നടത്തിയ കൊലപാതകത്തിന്റെ ശിക്ഷയെക്കുറിച്ചായിരുന്നു. ഇരുമ്പുചക്രങ്ങളുടെ ഉരസലോടെ അരുൾ ചിരിച്ചു.

"ഒക്കെ ഒരു തമാശ. മിനിസ്റ്റർ ഇടപെട്ടു. തെളിവില്ലാതെ പോയി."

"പക്ഷെ, അരുൾ നിനക്കറിഞ്ഞുകൂടേ നീയാണു തല തച്ചതെന്ന്."

"ഞാനറിഞ്ഞിട്ടെന്ത്? ജഡ്ജി വിശ്വസിക്കണ്ടേ."

അത്ഭുതങ്ങളുടെ കടൽ തിരയടിക്കുന്നതു കണ്ടു നിന്നു, അശോ കൻ. രതീഷിന്റെ വീട്ടിൽ ഗംഭീര സ്വീകരണം. രതീഷിന്റെ അമ്മ ഓടി

വന്ന് അരുൾതമ്പിയുടെ കരം ഗ്രഹിച്ച് അരയ്ക്കുചുറ്റിപ്പിടിച്ച് കസേരയി
ലേക്കു നയിച്ചു.

"വരൂ മോനേ, രതിക്കുട്ടനെഴുതിയിരുന്നു."

ഒരു പുഴുത്ത ശവത്തെ കെട്ടിപ്പിടിക്കാൻ രതീഷിന്റെ അമ്മക്കു മാ
ത്രമെ കഴിയൂ എന്ന് അശോകനു തോന്നി. രതീഷിന്റെ സഹോദരി
നല്കിയ ചായ കുടിച്ച് യാത്ര ചോദിച്ച് അശോകൻ വേഗം തിരിച്ചുപോയി.
അരുൾതമ്പി ചപലഭാഷണവുമായി അവിടെ സ്വസ്ഥനായിരുന്നു.

കുട്ടിക്കു പുറകെ നടന്ന് അശോകൻ കോളേജിന്റെ പടിക്കെട്ടുകൾ
കയറി. പുറകു വശത്തെ പൈപ്പ് ലൈനിൽ തൂങ്ങിക്കയറി ക്ലോക് ടവ
റിനു ചുവട്ടിലെത്തി സിമന്റ് തറയിൽ മലർന്നുകിടന്നു.

സമയം ഏഴ് ഇരുപത്

"നിങ്ങൾ പറയൂ അരുളിന്റെ വിശേഷങ്ങൾ."

രതീഷിന്റെയും, രമേശിന്റെയും സഹോദരിയെ അയാൾ പരിണ
യിച്ചു. സഹോദരന്മാർ ആദ്യം എതിർത്തു. അരുളിനു ഗുഹ്യരോഗമുണ്ടെ
ന്നുവരെ അവർ പറഞ്ഞു. എതിർപ്പുകൾ നേരിട്ടു കീഴടക്കുന്നവനാണ്
അരുൾതമ്പി. അയാൾ രതീഷിനെയും രമേശിനെയും രഹസ്യമായി,
പ്രത്യേകം പ്രത്യേകം കണ്ടു. രണ്ടു പേരോടും ഒരേ രഹസ്യം പറഞ്ഞു.

"കല്യാണം കഴിഞ്ഞോട്ടെ. ബാംഗ്ളൂർ പട്ടണത്തിലെ എന്റെ വക
കെട്ടിടം നിനക്കു തന്നേക്കാം. വാടക കൊണ്ടു മാത്രം നിനക്കു തലമുറ
കൾ കഴിയാം. നിന്റെ സഹോദരൻ നിന്നെ കൊല്ലാൻ ശ്രമിക്കുന്നുണ്ട്.
ഇന്നു രാത്രി ചുട്ടുപഴുത്ത കമ്പി കൊണ്ട് നിന്റെ നെഞ്ചിൽ കുത്തിക്കൊ
ല്ലാനാണ് നിന്റെ സഹോദരന്റെ തീരുമാനം."

രാത്രിയിൽ ഉറങ്ങാതെ കിടന്ന അവർക്കു നേരെ ചുട്ടു പഴുപ്പിച്ച
കമ്പികൾ എറിഞ്ഞതും കൂട്ടനിലവിളിക്കു തുടക്കമിട്ടതും അരുൾതമ്പി.
അന്നു നെഞ്ചു പൊള്ളി ഓടിപ്പോയ സഹോദരർ ഇനിയും തിരിച്ചെത്തി
യിട്ടില്ല.

"കുഞ്ഞെ നിനക്കറിയുമോ പഴുത്ത കമ്പികൾ രണ്ടും എറിഞ്ഞത്
അരുൾതമ്പി ആയിരുന്നു."

ചെറുപ്പം മുതൽ ഒരേ നിറത്തിലുള്ള ഉടുപ്പുകൾ ധരിച്ചു നടന്നിരുന്ന
രതീഷും രമേശും ഇപ്പോൾ ശത്രുക്കണ്ണുകളോടെ പരസ്പരം കൊല്ലാൻ
നടക്കുന്നു. മഞ്ഞ നിറമുള്ള ചൈനീസ് സിൽക്കു ജുബ്ബ ധരിച്ച് അരുൾ
തമ്പി വിവാഹിതനായി. ബാംഗ്ളൂരിലേക്ക് തിരിച്ചുപോയില്ല. പട്ടണത്തിലെ
ഒരു വലിയ വീട്ടിൽ അയാൾ ഭാര്യയോടൊപ്പം താമസിച്ചു.

"കുഞ്ഞെ, കഴിഞ്ഞ ഏഴുവർഷമായി ഞാൻ അയാളോടൊപ്പം കഴി
യുന്നു."

അശോകൻ ക്ലോക്കിലേക്കു നോക്കി.

"അയ്യോ ഏഴ് ഇരുപതായി. അരുൾതമ്പിക്കും ഭാര്യക്കും ആദ്യത്തെ
ചായ കൊടുക്കേണ്ട സമയം."

അതൊരു ജയിലാണ്. അരുൾഭവനം. തുറന്ന ജയിൽ. അശോകൻ

ഏതു നേരവും രക്ഷപ്പെട്ടു പോകാം. പക്ഷേ എങ്ങോട്ട്. അരുൾ അയാൾക്ക് ഒരു ജോലി വാഗ്ദാനം ചെയ്തിട്ടുണ്ട്. ആ വാക്കിനും വയ സ്സേഴായി. അശോകൻ കൈകൾ ഉയർത്തിക്കാട്ടി. ചപ്പാത്തി പരത്തുകയും പാത്രം കഴുകുകയും അരുളിന്റെ കാൽ തടവുകയും ചെയ്ത് പോത്തിൻ തുകലായിപ്പോയ കൈവെള്ള.

"ഒരിക്കൽ ഞാൻ ഓടിപ്പോരാൻ തുടങ്ങിയതാണു കുഞ്ഞെ".

എന്നാൽ എവിടേക്ക്? മുപ്പത്തിനാലാം വയസ്സിലും തൊഴിലില്ലാതെ, ഭക്ഷണമില്ലാതെ. എന്നിട്ടും അശോകൻ ഒളിച്ചു കടക്കാൻ ശ്രമിച്ചു. തുറന്ന അരുൾമുറ്റം കടന്നപ്പോഴേക്കും ടെറസ്സിൽ നിന്നും ഉച്ചത്തിലുള്ള ദീനമായ കരച്ചിൽ. അരുളും ഭാര്യയും ചേർന്ന് അയാളെ കൈയാട്ടി വിളിച്ചു.

"അശോക് വരൂ. ഞങ്ങളെ ഉപേക്ഷിക്കരുതേ, ആരോരുമില്ലാത്ത ഞങ്ങൾക്ക് ഇറ്റു സ്നേഹം നീയേ, നീ മാത്രമേ, ദയ കാട്ടൂ. ദയ, ദയാ..."

"കണ്ണു തുടച്ചു കൊണ്ടു ഞാൻ തിരിച്ചു ചെന്നു കുഞ്ഞെ. വീണ്ടും ക്രൂരമായ പെരുമാറ്റം. ഞാൻ മടുത്തു. മരിക്കാൻ തീരുമാനിച്ചു."

അശോകൻ, അരുളിന് ഉച്ചഭക്ഷണവുമായി പോയ ഒരു നാൾ അയാ ളുടെ മെഡിക്കൽ സ്റ്റോറിൽ നിന്നും ഉറക്കഗുളികകൾ മോഷ്ടിച്ചു. അടിമ യുടെ ആദ്യത്തെ മോഷണം. പൂജാമുറിയിൽ ദൈവങ്ങൾ നിരന്ന തട്ടിനു കീഴെ അത് ഒളിച്ചുവച്ചു.

"കുഞ്ഞെ, ഇന്നലെ ഞാനതു തീർച്ചയാക്കി. അടുത്ത ആഴ്ച ചിങ്ങ ത്തിരുവോണം. എന്റെ മുപ്പത്തിനാലാം ഓണം.

അതിനു മുമ്പു തന്നെ അയാൾ കാലത്തെ കീഴടക്കാൻ തീരുമാനിച്ചു. വിസ്കി മോഷ്ടിച്ചു. കഴിഞ്ഞ രാത്രി അരുളും ഭാര്യയും സിനിമാ കണ്ടു കൊണ്ടിരുന്നപ്പോൾ അയാൾ കോളജ് ഗ്രൗണ്ടിലേക്കു പോന്നു.

"നീയേതാണു കുഞ്ഞെ"

"ഞാനോ?"

കുഞ്ഞുചിരിച്ചു.

"ഞാനും ഒരടിമ. ഒന്നും മോഷ്ടിക്കാഞ്ഞിട്ടും എന്റെ മേൽ കള്ളക്ക ഥകൾ കെട്ടിവച്ചു. ചെറിയ, ചെറിയ മുറികളിൽ എന്നെ അടച്ചുപൂട്ടി. ഞാനോ ഒരു പാവം കുഞ്ഞു മാത്രം."

"നീ എങ്ങോട്ടു പോകുന്നു"

"എന്റെ അമ്മയെ കാണാൻ"

കുഞ്ഞ് ക്ലോക് ടവറിൽ പിടിച്ചുകയറി, ക്ലോക്കിന്റെ സൂചികളിൽ ചവിട്ടി നിന്ന് മേൽത്തട്ടിലേക്കു പിടിച്ച്, ആടി, ഒരഭ്യാസിയെപ്പോലെ ടവ റിനു മുകളിൽ കാന്തസൂചി പോലെ നിന്നു.

"വരൂ"

കുഞ്ഞ് ക്ഷണിച്ചപ്പോൾ അശോകൻ ശ്രമിച്ചു. പല പ്രാവശ്യമായിട്ടും കൈകാലുകൾ കുഴഞ്ഞു വീണതേയുള്ളൂ. ഗോപുരത്തിനു മുകളിൽ നിന്നുകൊണ്ട് കുഞ്ഞ് കൈകാട്ടി ആർത്തു ചിരിച്ചു.

"മരിക്കണോ മനുഷ്യാ നിനക്ക്"

"മടുത്തു കുഞ്ഞെ, ഈ അടിമജീവിതം"

"പാടില്ലാ"

കുഞ്ഞ്, ചിരികൾക്കിടയിൽ പറഞ്ഞു.

"ആത്മഹത്യ ചെയ്യാതിരിക്കാൻ എന്തെങ്കിലും കാരണങ്ങൾ കണ്ടു പിടിക്കാൻ ശ്രമിക്കൂ അശോക്."

"ഉദാഹരണത്തിന്?"

"ഫോർ എക്സാമ്പിൾ, ഇപ്പോൾ നിങ്ങൾക്ക് മുപ്പത്തിനാലു വയ സ്സായി. ഒരു ജോലി കിട്ടി. വിവാഹവും കഴിച്ച് നിങ്ങൾക്കൊരു കുഞ്ഞു ണ്ടായി കഴിയുമ്പോൾ...."

അശോകന്റെ മുഖം തുടുത്തു. അയാൾ പെട്ടെന്നു ചോദിച്ചു.

"നിന്നെപ്പോലൊരു കുഞ്ഞോ?"

"ങും എങ്കിലും കുഴപ്പമില്ല. ആ കുഞ്ഞിന്റെ കൊഞ്ചലും തമാശ കളും കേട്ട്....."

കുഞ്ഞ് ഒരു മയിൽപ്പീലിത്തണ്ടു കൊണ്ട് അശോകന്റെ ക്ഷീണിച്ച മുഖത്തു തടവി. അശോകൻ വരണ്ട ചുണ്ടുകൾ നനയ്ക്കാൻ ശ്രമിച്ചു. വരാനിരിക്കുന്ന നല്ലകാലം അയാളുടെ ക്ഷീണിച്ച കവിളുകളിൽ ചിരി വിളമ്പി തുടങ്ങി.

"അപ്പോൾ നിങ്ങൾ, അരുൾ തമ്പിയുടെ അടുത്തേക്കു തന്നെ പോകൂ. പതറരുത്. മാപ്പപേക്ഷിക്കണം"

മായാത്തചിരിയോടെ അശോകൻ തലകുലുക്കി, സമ്മതിച്ചു.

"കുട്ടീ, നിന്റെ അമ്മ ആരാണ്?"

"എന്റെ അമ്മ ഭൂമിയാണ്. വിലങ്ങുകളിൽ നിന്നും രക്ഷപ്പെട്ട ഞാൻ ഭൂമിയെ കണ്ടുകണ്ട് ഈ വായുവിലങ്ങനെ ലയിച്ചിരിക്കും.

കളോക്ടവറിലേക്കുള്ള പടിക്കെട്ടുകളിൽ ഇരമ്പൽ. കയ്യിൽ ഉയർ ത്തിപ്പിടിച്ച ഖഡ്ഗവുമായി ഒരാൾ. തലയിൽ മിന്നുന്ന മുത്തുകിരീടവും മാറത്തു ചുറ്റിയ കസവു തുപ്പട്ടാവും മുഖത്തെ രൗദ്രഭാവവും കണ്ട് കുഞ്ഞു മന്ത്രിച്ചു:

"മിണ്ടല്ലേ, വേലുപ്പിള്ള എല്ലാം മനസ്സിലാക്കി. എന്നെ പിടിച്ചതു തന്നെ. എനിക്കു വേണ്ടി പ്രാർത്ഥിച്ചോ."

പുറകെ വേൽക്കാരുടെ വരവുണ്ടായി. കുഞ്ഞിനു നേരെ കൂർത്ത ആയുധങ്ങൾ നീണ്ടുചെന്നു.

വേലുപ്പിള്ള അലറി.

"അടിയറവു പറ. ആയിരത്തെട്ടു തവണ ഏത്തമിട്."

കുഞ്ഞുനിന്നു ചിണുങ്ങി.

"എനിക്കു വയ്യാ. പോകൂ. ഞാൻ വരുന്നില്ല."

"നെഗളിപ്പ് വേലുവിനോടോ. അടങ്ങിയൊതുങ്ങി ഇരുന്നോണം. ഞാൻ പറയുന്നതുപോലെ കേട്ടാൽ നിനക്കും മനുഷ്യകുലത്തിനും നല്ലത്.."

വേലുപ്പിള്ള മുഖത്തു പ്രകാശം പരത്തിക്കാണിച്ചു. കുറെ ഗീതാ ശ്ലോകങ്ങൾ ചൊല്ലിക്കേൾപ്പിച്ചു. കുറെ ഭസ്മം എടുത്ത് കാറ്റിലൂതി പ്പറത്തി. ഓടാൻ തുടങ്ങിയ കുഞ്ഞിനെ വേൽക്കാരിലൊരുവൻ കയ്യി ലൊതുക്കി. അവർ അവനെ പടിക്കെട്ടിലൂടെ വലിച്ചിഴച്ച് താഴെ കൊണ്ടു ചെന്നു. ശ്രീകോവിൽ രൂപത്തിലുണ്ടാക്കിയ ജീപ്പിനുള്ളിലാക്കി. എങ്ങോട്ടോ ഓടിച്ചു പോയി. അശോകൻ അന്തംവിട്ടു വായ് തുറന്നു നിന്നുപോയി.

പിന്നെ, സാവധാനം ക്ലോക്ടവറിൽ നിന്നിറങ്ങി നടന്ന്, മൈതാനം കടന്ന്, റോഡു മുറിച്ചു നടക്കാൻ തുടങ്ങി. അപ്പോഴും ക്ലോക്കിൽ സമയം ഏഴ് ഇരുപത്.

രാജാക്കളി

ഞാൻ, രാജാക്കളിലൊരുവൻ. ആറു നാട്ടുരാജാക്കൾ വേറെയുണ്ട്. ഞങ്ങളുടെ ചക്രവർത്തി കൊല്ലപ്പെട്ടു. ശവം പോലും കിട്ടിയില്ല. അദ്ദേഹം ഗ്രാമവീഥിയുടെ ഒഴിഞ്ഞയിടങ്ങളിൽ തണൽ മരങ്ങൾ നട്ടുപിടിപ്പിച്ചു. ജീവിതസൗഭാഗ്യങ്ങളൊന്നും അദ്ദേഹം നേടിയില്ല. ദാനധർമ്മാദികൾ പുലർത്തിപ്പോന്ന നല്ലവരായ വഴിയാത്രക്കാരുടെ ദയ കൊണ്ട് നിത്യവൃ ത്തി കഴിച്ചുപോന്നു ചക്രവർത്തി. അതേ ഭക്ഷണത്തിന്റെ കനിവ് ഞങ്ങളിൽ ചൊരിയാനും അദ്ദേഹം മറന്നില്ല. ഇതാ, എന്റെ ഈ ശരീരം, എത്ര ദുർബ്ബലവുമാകട്ടെ, ചക്രവർത്തി കനിഞ്ഞു നല്കിയ ചോറാണ്. വഴിയമ്പലത്തിന്റെ നിർമ്മാണം ചക്രവർത്തിക്കു ശത്രുക്കളെ ഉണ്ടാക്കി ത്തീർത്തു. ചോലവൃക്ഷങ്ങൾ വളർന്നു പന്തലിച്ച പുറമ്പോക്കു ഭൂമിയിൽ ഒരു വഴിയമ്പലം നിർമ്മിക്കുന്നതാണ് തന്റെ ജീവിതലക്ഷ്യമെന്ന് അദ്ദേഹം പറയുമായിരുന്നു. അതിനായി ഞങ്ങൾ വയറുചുരുക്കി. പട്ട ണത്തിൽ തെണ്ടിനടക്കുന്ന ഞങ്ങൾ ഏഴു രാജാക്കളുടെയും രക്ഷാപു രുഷനായിരുന്നു ചക്രവർത്തി. അദ്ദേഹം ഞങ്ങൾക്ക് നിങ്ങളുടെ സംസ്കാരം പഠിപ്പിച്ചുതന്നു. അധമവികാരങ്ങൾ മറച്ചു വച്ച് കള്ളച്ചിരി ചിരിക്കാതിരിക്കാനും ഞങ്ങളെ ചക്രവർത്തി പഠിപ്പിച്ചു. ഭാഗ്യവശാൽ അശോകൻ, അക്ബർ, ഹരിശ്ചന്ദ്രൻ, ഫിലിപ്പ്, ശിവജി, ജഹാംഗീർ, പ്രതാ പസിംഹൻ എന്നുപേരുകളുള്ള ഞങ്ങളെ ചക്രവർത്തി രാജാക്കളായി വാഴിച്ചു. മാന്യന്മാരായ ഞങ്ങൾ ഏഴു തെണ്ടിരാജാക്കളും സന്ധ്യ ക ഴിഞ്ഞ് ഗ്രാമത്തിലേക്കു ചെല്ലും. ചക്രവർത്തിയുടെ സവിധത്തിൽ സദു പദേശങ്ങൾ കേട്ട് അടുത്ത പകൽ പൊട്ടും വരെ ഉറങ്ങും. ഞങ്ങൾ അങ്ങനെ ഈ പ്രപഞ്ചത്തിന്റെ ഉല്പത്തി മുതലുള്ള ചരിത്രം കേട്ടു. അതൊന്നും ഞങ്ങൾ പഠിച്ചില്ല. അതിനു ഞങ്ങൾക്ക് ഇനി കഴിയുകയുമില്ല.

കൊച്ചുകൊച്ചു സമ്പാദ്യങ്ങൾ ഞങ്ങൾ ചക്രവർത്തിയെ ഏല്പിച്ചു. അങ്ങനെ സ്വരുക്കൂട്ടിയ ധനം വളർന്നപ്പോൾ ചക്രവർത്തി ഞങ്ങൾക്ക് വഴിയമ്പലം പണിയുന്നതിനെക്കുറിച്ച് ഓർമ്മിപ്പിച്ചു തന്നു. കിഴക്കുള്ള ചന്തയിലേക്ക് ആടുമാടുകളെ അടിച്ചു തെളിച്ചു പോകുന്ന കച്ചവട ക്കാർക്കും തെരുവു തെണ്ടികൾക്കും ഒരുപോലെ വിശ്രമിക്കാനുള്ള ഒരു സങ്കേതം എന്ന് ആയിരിക്കും വഴിയമ്പലം. പുലിക്കുന്നിൽ നിന്നും തല ച്ചുമടായി ഞങ്ങൾ പാറക്കല്ലുകൾ കൊണ്ടു വന്നു. പുറമ്പോക്കു ഭൂമി യിൽ ചക്രവർത്തി നട്ടുപിടിപ്പിച്ച ഏതാനും ചോലവൃക്ഷങ്ങൾ വെട്ടി നീ ക്കി, വാരം കോരി, അതിൽ പാറക്കല്ലുകൾ അടുക്കിക്കെട്ടി, തറ ഉയർത്തി മണ്ണു നിറച്ചിട്ടു. ഞങ്ങൾ രാജാക്കളും, ചക്രവർത്തിയും കഴിയുന്ന കുടി ലിലിരുന്നു കൊണ്ട് വഴിയമ്പലത്തെക്കുറിച്ചു സ്വപ്നം കണ്ടു.

സ്വപ്നത്തിനും, ഉറക്കത്തിനും ശേഷം വെയിൽ ഞങ്ങളെ ഉണർത്തി. വെയിലിൽ മഞ്ഞളിച്ച കണ്ണുകൾ കണ്ടത് ഞങ്ങളുയർത്തിയ വഴിയമ്പ ലത്തിനായുള്ള തറയിൽ രണ്ടു മൂന്നു ശിലാവിഗ്രഹങ്ങൾ ഉയർന്നു നില്ക്കുന്ന കാഴ്ചയാണ്. മുമ്പിൽ വിളക്കെരിയുന്നു. പൂജാപാത്രങ്ങളും പൂക്കളും നിരന്നു കിടന്നു. ഭക്തർ വന്നും പോയുമിരുന്നു. ഈ നാടകം ഞങ്ങൾ രാജാക്കളുടെ സ്വപ്നങ്ങൾക്കു മീതെ തിരശ്ശീല വലിച്ചിട്ടു. ചക്ര വർത്തി രോഷാകുലനായി. ഞങ്ങളോട് വെല്ലുവിളി ഏറ്റെടുക്കാൻ കല്പി ച്ചു. അന്നു രാത്രി പുതുമണ്ണിലാഴ്ത്തിയ വിഗ്രഹങ്ങൾ പിഴുതെടുത്ത് ഞങ്ങൾ അച്ചൻകോവിലാറ്റിലെ കയത്തിലെറിഞ്ഞു കളഞ്ഞു. കയത്തി ലാണ്ടുപോയ ശിലാവിഗ്രഹങ്ങളോട് ഞങ്ങൾ കേണപേക്ഷിച്ചു.

"സർവ്വശക്തരായ ഈശ്വരന്മാരെ, ഞങ്ങൾ തെറ്റു ചെയ്യുകയല്ല. വഴി യമ്പലം പണിയാൻ അനുഗ്രഹിക്കേണമേ."

രാജാക്കളുടെ ഭാഗ്യത്തിന് ഒച്ചപ്പാടുകൾ ഏതുമില്ലാതെ വഴിയമ്പല ത്തിന്റെ ചുമർ ഉയർന്നു. സ്വപ്നം സഫലമായി. എതിർപ്പുകൾ വീണ്ടും ഉണ്ടായി. ഗ്രാമത്തിലെ ഒരു പുതുപ്പണക്കാരൻ പുറമ്പോക്കിനോടു ചേർന്ന പുരയിടം വാങ്ങി. അളന്നു തിരിച്ച് വഴിയമ്പലം അയാളുടെ പുരയിടത്തി ലാണെന്നു സ്ഥാപിച്ചു. മതിലും കെട്ടി. ചക്രവർത്തിയും ഞങ്ങൾ ഏഴു രാജാക്കളും അടങ്ങിയിരുന്നില്ല. സർക്കാർ ആപ്പീസുകൾ കയറിയിറങ്ങിയ ഞങ്ങളെ അവിടങ്ങളിലെ ഉദ്യോഗസ്ഥർ തല്ലിയോടിച്ചു

ഏറെ കഷ്ടപ്പെട്ടത് കിഴക്കൻ ചന്തയിലേക്കു കന്നുകാലികളും തല ച്ചുമടുകളുമായി പോകുന്ന കച്ചവടക്കാരായിരുന്നു. വഴിയമ്പലത്തിലെ വിശ്രമം അവരുടെ ശീലമായിരുന്നു. വഴിയമ്പലത്തെ ചുറ്റിപ്പറ്റി ചെറുക ച്ചവട സ്ഥാപനങ്ങളും അങ്ങനെ വളർന്നു വന്നിരുന്നു. ഞങ്ങളുടെ ഭാഗ്യ ത്തിന് ഒരു ഉന്നതാധികാരി ഞങ്ങളെ സഹായിച്ചു. പുറമ്പോക്കു ഭൂമിയും വഴിയമ്പലവും വീണ്ടും മതിൽക്കെട്ടിനു പുറത്താക്കാനുള്ള ഉത്തരവുമായി എഴുപത്തെട്ടാം വയസ്സിലും ചക്രവർത്തി തുള്ളിച്ചാടി.

കഴിഞ്ഞ ഇടവപ്പാതിയുടെ ആദ്യമഴ പെയ്തുവീണ ദിവസം ഒരു സംഘം സാധുക്കളായ വഴിയാത്രക്കാർ ഒരു ശവമഞ്ചവുമായി അതുവഴി

വന്നു. കിഴക്കൻ ചന്തയിൽ ശവങ്ങൾ വിലയ്ക്കെടുക്കില്ലെന്നറിയാമായി ട്ടുകൂടി അവർ ചന്തയിൽ പോകുന്നവരാണെന്നു ഞങ്ങൾ ധരിച്ചു. ചക്ര വർത്തിയാകട്ടെ ഇക്കാലത്ത് ശവത്തിനും മനുഷ്യൻ വിലവാങ്ങാൻ തുട ങ്ങിയിരിക്കുന്നു എന്ന് തറപ്പിച്ചുപറഞ്ഞു. പത്തു പേർക്ക് ഇരിക്കാനുള്ള സൗകര്യങ്ങളെ വഴിയമ്പലത്തിലുള്ളൂ. അവിടേക്ക് ശവമഞ്ചം നീക്കിവച്ച് സാധുക്കളായ യാത്രക്കാർ വെളിയിൽ ഭിത്തി ചാരി നിന്നു, മഴനനയാതെ.

ചക്രവർത്തി തെറ്റു ചെയതു. അദ്ദേഹം അവരെ അകത്തേക്കു ക്ഷണിച്ചു. അവർ ഉന്തിത്തള്ളി അകത്തു കടന്നു. അവർ ധാരാളം പേരു ണ്ടായിരുന്നു. ഞങ്ങളെ തൊട്ടുരുമ്മി അവർ വിയർപ്പും, വായ്നാറ്റവും, വഴക്കുകുടലുമായി അകത്തേക്ക് തിങ്ങിനിറയുകയായിരുന്നു. ചക്രവർത്തി ക്ഷണം തുടർന്നു.

"വരൂ, വരൂ ഇതാ നിങ്ങൾക്കായി മലർക്കെ തുറന്നിട്ടിരിക്കുന്നു, ഈ വഴിയമ്പലം."

"ഞാൻ ഒരുപ്രാവശ്യം ചക്രവർത്തിയെ വിലക്കിയതാണ്."

"താങ്കൾ കേൾക്കൂ, ഈ ശവക്കച്ചവടക്കാരെല്ലാം കൂടി ഇങ്ങനെ അക ത്തേക്കു വന്നു കൊണ്ടിരുന്നാൽ നാം ശ്വാസംമുട്ടി മരിക്കില്ലേ. അവരെ പുറത്താക്കൂ."

എന്നെ "ധിക്കാരീ" എന്നു വിളിച്ച ചക്രവർത്തി തിക്കിലും തിര ക്കിലും പെട്ടെന്നു തോന്നി. ആവേശം മൂത്ത് യാത്രികർ അകത്തേക്കു വീണ്ടും വീണ്ടും കയറിവന്നു. ഞാൻ മറ്റു രാജാക്കളോട് രക്ഷപ്പെട്ട് വെളിയിൽ കടക്കാൻ പറഞ്ഞു. തള്ളൂ കൊണ്ടു തുലഞ്ഞു പോയാൽ രാജ്യങ്ങൾ അനാഥമാകില്ലേ. നാളെ ഭാണ്ഡങ്ങളും പേറി തെരുവുകളി ലലയേണ്ടതല്ലേ. ശരീരം ആൾക്കൂട്ടത്തിന്റെ വിടവുകളിലൂടെ അരിച്ചരി ച്ചിറങ്ങുമ്പോൾ ഞാൻ അവിടെക്കിടന്ന ശവത്തിനു പുറത്തു കൂടി കയ റിയിറങ്ങുകയുണ്ടായി. രക്ഷപ്പെട്ട് ഞങ്ങൾ പെരുമഴയിൽ നിന്നുകൊണ്ട് ചക്രവർത്തിയെ വിളിച്ചു.

"തിരുമനസ്സേ"

ജനക്കൂട്ടത്തിന്റെ അട്ടഹസങ്ങളും, കുശലങ്ങളും ഞങ്ങളുടെ വിളി കളെ മുക്കിക്കളഞ്ഞു. ജനക്കൂട്ടം എന്തോ തല്ലിത്തകർക്കുകയാണ്. വഴി യമ്പലത്തിന്റെ ചുമരുകളാണ്. ഒടുവിൽ ആ വഴിയമ്പലം തകർന്നു വീഴും മുമ്പു തന്നെ ആൾക്കൂട്ടം വെളിയിൽ ചാടിയിറങ്ങി. ആരവങ്ങളോടെ ഞങ്ങളുടെ സ്വപ്നം തകരുകയും ചെയ്തു. ശവക്കച്ചവടക്കാർ തിരിച്ചു പോകുമ്പോൾ ആ ശവമഞ്ചവും കൊണ്ടുപോകാൻ മറന്നില്ല. എന്നാൽ ഞങ്ങൾ രാജാക്കളെ അതിശയിപ്പിച്ചത് അതിൽ ശവമായി കിടന്നിരുന്ന യാൾ എഴുന്നേറ്റ് അവരോടൊപ്പം പോകുന്നതാണ്. ആരുടെ ശവമായി രിക്കും ആ മഞ്ചലിൽ അപ്പോൾ കിടന്നത്. ഞങ്ങൾ ഏഴു രാജാക്കളും തോളിൽ ഭാണ്ഡക്കെട്ടുകളുമായി കച്ചവടസംഘത്തിനു പുറകെ കൈനീ ട്ടിക്കൊണ്ട് ഓടിച്ചെന്നു.

"ഹേയ് ഹേയ് ശവക്കച്ചവടക്കാരേ, അതാരുടെ ശവമാണ് മഞ്ചലിൽ"

ഓട്ടത്തിന്റെ വേഗത കൂട്ടുന്നതിനിടയിൽ അവർ ഞങ്ങളെ കല്ലെറിഞ്ഞു. ഞങ്ങൾ രാജാക്കൾ കല്ലേറിൽ നിന്നു രക്ഷപ്പെട്ട് കുറുക്കുവഴിയിലൂടെ മല കയറി ഓടിച്ചെന്നു നോക്കിയപ്പോൾ ഞങ്ങളുടെ പ്രിയ ചക്രവർത്തിയുടെ ശവം തുറികണ്ണുകളുമായി ആ ശവമഞ്ചത്തിൽ കിടക്കുന്നതു കണ്ടു. ഓ, എന്തൊരു മഴ.

അടുത്ത ദിവസം പുതുപ്പണക്കാരന്റെ ചിരിയുമായി മതിൽ വീണ്ടും പുറമ്പോക്കിലേക്കു വളർന്നു പടർന്നു. ഞങ്ങൾ രാജാക്കൾ ഇപ്പോൾ അന്വേഷിക്കുന്നത് ഒരു ചക്രവർത്തിയെയാണ്.

പുനർജ്ജന്മം

ജോലി രാജിവച്ച ശേഷം മൂന്നു മാസം കടന്നു പോയ വേഗം ശൈലേന്ദ്രനെ നടുക്കി. രാജിക്കത്തുസ്വീകരിച്ചെന്ന് അറിയിപ്പു കിട്ടിയ പ്പോൾ ഒരു കുട്ടിയുടെ ആഹ്ളാദത്തോടെ അയാൾ തുള്ളിച്ചാടിയിരുന്നു. കുട്ടിയല്ല. നിരുപാധികം മോചിതനായ തടവുകാരനായി അന്നയാൾ സ്വയം വിശേഷിപ്പിച്ചിരുന്നു. വിടവാങ്ങൽ യോഗത്തിൽ വച്ച് അയാൾ കൃത്യമായിപ്പറഞ്ഞു.

"ഞാൻ സ്വാതന്ത്ര്യത്തിലേക്ക് എടുത്തു ചാടിയതാണ്" പതിനെട്ടു വർഷത്തെ സർവ്വീസ് അയാൾ മറക്കാൻ ശ്രമിച്ചു.

"സ്നേഹിതരെ, തടവാണ്, തടവുമാത്രം"

ശൈലേന്ദ്രൻ ആഹ്ളാദത്തിന്റെ കടലായി പതഞ്ഞു. സഹപ്രവർത്ത കർ ആ തിരക്കോലു കണ്ടു നടുങ്ങി. ഉപദേശങ്ങൾ.

"ശൈൽ. നിനക്ക് രണ്ടു വർഷം കൂടിയെങ്കിലും കാത്തിരിക്കാമായി രുന്നു. പെൻഷൻ പോലുമില്ലാതെ...."

മേലധികാരിയായല്ല, ഞാൻ ഒരു ജ്യേഷ്ഠനെന്നു കൂട്ടിക്കോളൂ, മിസ്റ്റർ ശൈലേന്ദ്രൻ, മാസവരുമാനം നിലച്ചാൽ അതു ബുദ്ധിമുട്ടാകും. ഒരു പുനർവ്വിചിന്തനം."

"തീർച്ചയായും വിശപ്പല്ലസാർ, വലിയവികാരം സ്വാതന്ത്ര്യബോധ മാണ്. ഞാൻ തീരുമാനിച്ചുകഴിഞ്ഞു."

മൂന്നു മാസത്തിന്റെ വേഗതയെക്കാൾ ശക്തമാണ് ഇന്ന് ഒറ്റപ്പെടൽ എന്നു ശൈലേന്ദ്രൻ ഓർത്തു. വചനങ്ങളെ നിഷ്പ്രഭമാക്കുന്നു വിശപ്പ്. ഇന്ന് അപ്പം ഭാഗധേയം നിർണ്ണയിക്കുന്നു. കഴിഞ്ഞ രാത്രി ഉറക്കം നഷ്ട പ്പെട്ടതെങ്ങനെയായിരുന്നു. ഭാഗം പിരിഞ്ഞു പോയ സാഹോദര്യം അയാ ളുടെ സ്വപ്നങ്ങൾ കൂടി പിഴുതെടുത്തു. രാത്രിയിൽ അടുക്കളയിൽ ചർച്ച കൾ. ഗൂഢാലോചനകളെ അയാൾ എന്നും അവഗണിച്ചിട്ടുണ്ട്. പക്ഷെ

സ്വന്തം അടുക്കളയിൽ നിന്നും അയാൾക്കെതിരെ മെനയുന്ന തന്ത്രങ്ങ ളുടെ വെടിമരുന്നു മണം അയാളെ ഹതാശനാക്കി.

"അമ്മേ, ശൈലേട്ടൻ കുഴിമടിയനായി ഇവിടെ കൂടിയാൽ പറ്റില്ല".

അമ്മയെന്നാൽ എന്തിനും ഏതിനും കരച്ചിൽ എന്നർത്ഥം. കരച്ചി ലിന്റെ കടലാണമ്മ. കടൽ ആ രാത്രി കുറെയൊക്കെ ശാന്തമായി മേഘ ച്ചീളുകളിൽ ചന്ദ്രനെ എഴുന്നെള്ളിക്കാൻ ശ്രമിച്ചു.

അമ്മയ്ക്ക് എന്നും അയാൾ ഒരു കൊച്ചുകുട്ടിയാണ്. നാല്പ്പത്തഞ്ചു വയസ്സുള്ള കുട്ടി. അതിനെ ഉപേക്ഷിക്കാൻ വയ്യ. ഒരു കുഞ്ഞിനെ നരക വാതിലു തുറന്ന് തലങ്ങും വിലങ്ങും കിടക്കുന്ന വഴികളിലേക്ക് വലിച്ചെ റിയുന്നതെങ്ങനെയെന്ന് ആ സാധി ഉറക്കെ ചോദിച്ചു. തുടർന്ന് അമ്മ അടുക്കളയിൽ പ്രഖ്യാപിച്ച തീരുമാനം കേട്ട് ശൈലേന്ദ്രൻ അന്ധാളിച്ചു.

"മക്കളെ, നിങ്ങളുടെ ചേട്ടൻ ജോലി കളഞ്ഞതു തെറ്റു തന്നെ. ഒരു മ്മക്ക് മനക്കരുത്തില്ല. എങ്കിലും അവൻ ഇറങ്ങിപ്പോകട്ടെ. നാളെ, നാളെ, രാവിലെ ഞാനവനെ പറഞ്ഞു മനസ്സിലാക്കാം".

"താങ്ക്യൂ അമ്മച്ചി".

അനുജന്മാർ അമ്മക്കു നന്ദിയും ആയുരാരോഗ്യവും നേർന്നു. ശൈലേന്ദ്രൻ അന്നു രാത്രി ഉറങ്ങാതെ കിടക്കുന്നത് അമ്മയറിഞ്ഞില്ല. മകൻ വിശന്നു പൊരിയുകയാണെന്നറിഞ്ഞ് അവർ തിരിഞ്ഞും മറിഞ്ഞും കിടന്നു.

'മകനെ, അടുത്തപ്രഭാതത്തിൽ നീ നിന്റെ കൊറ്റുതേടി ഇറങ്ങണം. നല്ലതുവരട്ടെ'

അമ്മ മൗനമായി ആശംസിച്ചുകൊണ്ട് ഭിത്തിക്കപ്പുറം കട്ടിലിന്റെ ഗദ്ഗ ദങ്ങളാകുന്നത് ശൈലേന്ദ്രനറിഞ്ഞില്ല. മറ്റുള്ളവർക്കു വേണ്ടി മെഴുകു തിരിയാകുന്നതു ബുദ്ധിപരമല്ലെന്ന് അയാൾ ആദ്യമായി മനസ്സിലാക്കി. അയാൾക്കു വേണ്ടി കാത്തിരുന്ന ലളിതയും ഒടുവിൽ നാല്പതാണ്ടു പഴ കിയ ശരീരവുമായി പുതുജീവിതത്തിലേക്കു പദമൂന്നി. കണ്ണടച്ചു കൊണ്ട് ശൈലേന്ദ്രൻ അടുത്ത പ്രഭാതത്തിലെ വിടവാങ്ങൽ സ്വപ്നം കണ്ടു: വരൂ ലളിതേ, കുട്ടികളെയും എടുത്തു കൊള്ളൂ. പെട്ടിയും കിടക്കയും ഞാനെ ടുക്കാം. ഫ്ളാസ്ക് താഴെ വീണുടയല്ലെ. അയ്യോ ഉടഞ്ഞല്ലോ.

അപ്പോൾ ആ വിടവാങ്ങൽ സ്വപ്നവും ഉടഞ്ഞു ചിതറി. കണ്ണു തു റന്ന് ശൈലേന്ദ്രൻ സ്വപ്നത്തിലെ തെറ്റുകൾ തിരുത്തി. സ്വപ്നത്തിലെ ക്രമക്കേടുകൾ എന്തൊക്കെയായിരുന്നു? ലളിതയെ ശൈലേന്ദ്രൻ വിളി ക്കേണ്ടതില്ല. അവൾ ഇന്ന് ഭർത്താവിനോടൊപ്പം വിദേശത്താണ്. അവൾക്കു കുട്ടികളില്ല. സ്വപ്നത്തിലെ ഏറ്റവും വലിയ തെറ്റ് അയാൾ കണ്ടുപിടിച്ചു ചിരിച്ചു.

ഹൈ ഞാൻ വിവാഹം കഴിച്ചിട്ടില്ലല്ലോ.

ദുഃഖം രാത്രിയുടെ രൂപം കൈക്കൊണ്ടു. അതു മറക്കാനായി അയാൾ അലമാര തുറന്നു. ആദ്യമായി പണം കൊടുത്തു വാങ്ങിയ മൂന്നു വിസ്കിക്കുപ്പികൾ അയാളെ നോക്കിയിരുന്നു. അതിനടുത്ത് ഉണങ്ങിയ

കറുത്ത പുഷ്പങ്ങളും ചുളിഞ്ഞ ചെറുനാരങ്ങകളും കോർത്തിണക്കിയ മാല, കസവു നൂലിഴകളും കരിയിലകളും ചേർത്തു നെയ്തെടുത്ത പൂച്ചെണ്ട്. അയാൾക്കു വേദന തോന്നിയില്ല. ഈ മൂന്നുമാസം മുമ്പ് ഒരു സായാഹ്നത്തിൽ അയാൾക്കായി സമ്മാനിക്കപ്പെട്ടതാണ്. അന്ന് അവ ഉണങ്ങിയിരുന്നില്ല. അന്ന് ഉണങ്ങിയ ഉപചാരവാക്കുകൾ ചൊല്ലിയവരെയെല്ലാം അയാൾ ഓർക്കാൻ ശ്രമിച്ചു. വാസുദേവൻ, ജോൺ,ശശി, കുഞ്ഞച്ചൻ: നാലുപേരും രാജിയ്ക്കെതിരെ ചിന്തിക്കാൻ അയാളെ ഉപദേശിച്ചിരുന്നു.

"നീ രാജി വച്ചാൽ എങ്ങനെ ചോറുണ്ണും?"

അപ്പോൾ അവരെ നോക്കി ചിരിക്കുകയല്ലാതെ ഒന്നും പറയാതിരുന്നപ്പോൾ, ഒടുക്കമില്ലാതെ ചിരിതുടർന്നപ്പോൾ കൂട്ടുകാരും അതിൽനിന്നു ചിരി കൊളുത്തി. വായ് തുറന്നു ചിരിച്ച ജോണിന്റെ മുൻവരിപ്പല്ലുകൾ ആടിത്തിമിർക്കുന്നതു ചൂണ്ടി ശൈലേന്ദ്രൻ കളി പറഞ്ഞു.

"നീയിപ്പോൾ ചിരിക്കുന്നത് രായസംപരമുന്റെ പല്ലുകളോടെയാണ്."

ജോൺ കറുത്തു. വാസുദേവനും, കുഞ്ഞച്ചനും, ശശിയും വിളറി. പറയേണ്ടിയിരുന്നില്ല അങ്ങനെ. ആത്മഹത്യ ചെയ്യുന്ന ദിവസം രായസം പരമേശ്വരൻ ശൈലേന്ദ്രന്റെ ഓഫീസിലെത്തി വഴക്കുണ്ടാക്കിയിരുന്നു. അയാളുടെ മകളെ ജോൺ നോട്ടമിട്ടിരുന്നത് അയാളറിഞ്ഞു.

രായസം പരമേശ്വരൻ ചിരിക്കുമ്പോഴും, സംസാരിക്കുമ്പോഴും ആദ്യം അഭിവാദ്യം പറയുന്നത് അയാളുടെ ഒറ്റപ്പല്ലായിരുന്നു. ആ ഒറ്റപ്പല്ലുമായി അയാൾ ഓഫീസിനു വെളിയിൽ മരത്തണലിലിരുന്ന് അതുവഴി വരുന്നവരെ ക്ഷണിക്കുമായിരുന്നു.

"പരാതീ, പെറ്റീഷൻ അപേക്ഷ എഴുതിത്തരാം. വരൂ. വരുന്നേയ്"

ക്ഷണം സ്വീകരിച്ചു ചെല്ലുന്നവർക്ക് ആദ്യത്തെ പകർപ്പു കൊണ്ടു തന്നെ കാര്യം സാധിക്കാൻ കഴിയുമായിരുന്നു. വസ്തുതകളെ ആ പരാതികളിൽ അത്രയ്ക്കു സൂക്ഷ്മമായി രായസം പരമേശ്വരൻ വിന്യസിക്കുമായിരുന്നു. പരാതിക്കാർ നല്കുന്ന പ്രതിഫലം വാങ്ങി അയാൾ നിത്യവൃത്തി കഴിച്ചു. അയാളുടെ വലിയ കുടുംബവും.

ഒരിക്കൽ രായസം പരമേശ്വരന്റെയരികെ ഒരു വൃത്തികെട്ട പക്ഷിക്കൂടുമായി ഒരുപക്ഷിശാസ്ത്രവിദഗ്ദ്ധൻ എത്തി. ഇല്ലാത്ത വേദന, ശത്രു ദോഷം, കാലദോഷം, വരാനിരിക്കുന്ന അത്യാപത്ത് ഇവയൊക്കെ ഓരോരുത്തരെയും വഴിയോരങ്ങളിൽ കാത്തിരിക്കുന്നു എന്ന് അയാൾ വിളിച്ചു പറഞ്ഞു. പരാതിക്കാർ രായസം പരമേശ്വരനെക്കൊണ്ടെഴുതിച്ച കുറിമാനങ്ങൾ കൈയിൽ മുറുകെപ്പിടിച്ച് സ്വന്തം കർമ്മദോഷങ്ങൾ പക്ഷിയോടു ചോദിച്ചറിഞ്ഞിരുന്നു. പക്ഷിശാസ്ത്രകാരന്റെ വാക്സാമർത്ഥ്യം രായസം പരമേശ്വരന്റെ രചനയിലും പൊലിക്കാൻ തുടങ്ങി. അയാളും പരാതിക്കാർക്കായുള്ള വിളിയുടെ മാറ്റു കൂട്ടി.

ശൈലേന്ദ്രൻ തന്റെ ഒറ്റപ്പെടലിന്റെയും, വിശപ്പിന്റെയും അടുത്ത പ്രഭാതത്തിൽ തന്നെ കാത്തിരിക്കുന്ന കുടിയൊഴിക്കലിന്റെയും തീവ്ര ദുഃഖത്തിൽ നിന്നും രക്ഷപ്പെടാനാണ് ഇതൊക്കെ ചിന്തിച്ചു കൊണ്ട് കിട

ന്നത്. അയാൾ തന്നെത്താനറിയാതെ ഉറക്കെ ചിരിച്ചു. പരാതിക്കാരെ ആർത്തിയോടെ വിളിച്ചു കൂട്ടുന്ന രായസം ഒരിക്കൽ അപരിചിതനായ ഒരാൾ അതുവഴി വന്നപ്പോൾ കൈകൊട്ടി.

"സാർ, വരണം .പരാതിയെന്തെങ്കിലുമുണ്ടോ ഇവ്ടെ വരൂ. ഞാൻ സാധിച്ചു തരാം. തുച്ഛമായ കൂലിക്ക് ഇതാ എഴുതിത്തരാം. ഒറ്റപ്പല്ലിന്റെ വെള്ളച്ചിരിയിൽ ആകൃഷ്ണനായി അപരിചിതൻ അയാളെ സമീപിച്ചു.

"ഞാനിവിടെ മജിസ്ട്രേട്ടായി ചാർജ്ജെടുത്ത കാര്യം ഒരു പരാതി യാക്കി എഴുതിത്തരണം".

മജിസ്ട്രേട്ട് ഉയർത്തിയ ചിരിയുമായി പക്ഷിശാസ്ത്രജ്ഞൻ കുനി ഞ്ഞിരുന്നു വായ്പൊത്തി. രായസം തൊഴുതു വിറച്ചു നിന്നു.

"ഇറ്റ്സ് ഓക്കെ. സാരമില്ലഡോ"

മജിസ്ട്രേട്ട് പോയ വഴി നോക്കി ഒറ്റപ്പല്ലു വിറച്ചു നിന്നു. ശൈലേ ന്ദ്രന് ഇന്നും ആ നില്പ് ഓർമ്മയുണ്ട്. അർദ്ധരാത്രിക്കു ശേഷവും, വിശപ്പും സ്വകാര്യദുഃഖവുമായിക്കഴിയുന്ന മകൻ നിർത്താതെ ചിരിക്കു ന്നത് ശൈലേന്ദ്രന്റെ അമ്മയെ ഉണർത്തി. കതകിൽ മുട്ടിക്കൊണ്ട് അവർ ഉറക്കെ വിളിച്ചതു കേട്ട് അയാൾ എഴുന്നേറ്റ് വാച്ചു നോക്കി. രണ്ടു മണി. രാത്രിക്ക് ഇനിയും നീളമുണ്ട്. പിന്നീട് ചിരിക്കാതിരിക്കാനും, ഓരോ പത്തു മിനിട്ടു കൂടുമ്പോഴും വാച്ചു നോക്കാനും അയാൾ ശ്രദ്ധിച്ചു. കിളികൾ ആദ്യമായി കലപില കൂട്ടാൻ തുടങ്ങിയപ്പോൾ എയർബാഗും പേറി അ യാൾ നേർത്തു വരുന്ന ഇരുട്ടിലേക്കു നടന്നു. വീട്, മുറിഞ്ഞുമാറിയ ഒരു പൊക്കിൾക്കൊടിപോലുമല്ല അയാൾക്ക്.

ആത്മഹത്യ ചെയ്ത ദിവസം രായസം ഓഫീസിലേക്ക് ഓടിക്കയ റിവന്ന് ജോണിനെ വിളിച്ചു. തന്റെ മകളെ വെറുതെ വിടാൻ അപേക്ഷിച്ചു. ജോൺ മെല്ലെ മെല്ലെ വാക്കുകൾ കുടഞ്ഞിട്ടുകൊണ്ടിരുന്നു. വാക്കുക ളുടെ ഒഴുക്കു ക്രമേണ ശക്തമായി. രായസം കടപുഴകിവീണു. ഒരു ചെറി യ പക്ഷി, അത് ഒരു നരിച്ചീറാകാം നടക്കുന്നതിനിടയിൽ ശൈലേന്ദ്രന്റെ മുഖത്തു വന്നടിച്ചിട്ട് എങ്ങോട്ടോ പറന്നുപോയി.

അന്നു ജോൺ എത്ര ക്രൂരമായാണതെല്ലാം പറഞ്ഞത്.

"എടോ രായസം. തന്റെ മകൾക്ക് ഗർഭമുണ്ടെന്നുള്ളതു താനറിഞ്ഞില്ലേ തനിക്കെന്തു ചെയ്യാൻ പറ്റും ഇറങ്ങിപ്പോടോ."

ആ വാക്കുകൾ കേട്ട് രായസം ഇറങ്ങിപ്പോയി. പക്ഷി ശാസ്ത്രകാ രന്റെ കൂടും തകർത്ത്, തത്തയെ ഞെരിച്ചു കൊന്നിട്ട്, പരാതി എഴുതാ നുള്ള വെള്ളക്കടലാസുകൾ കീറിപ്പറത്തിക്കൊണ്ട് രായസം എങ്ങോട്ടോ പോയി. അയാളുടെ സ്വകാര്യ ദുഃഖങ്ങളെ ചിന്നിച്ചിതറിച്ച് ചുവന്ന ചിരി യോടെ തീവണ്ടി അലറിപ്പാഞ്ഞു പോയ ദൃശ്യം ശൈലേന്ദ്രൻ ഇപ്പോൾ ഓർക്കുകയാണ്. വിശപ്പും, ഉറക്കക്ഷീണവും ശൈലേന്ദ്രന്റെ കാലുകളെ തളർത്തി. പ്രഭാതത്തിലെ ശുദ്ധവായു മാത്രം അയാളെ ഓമനിച്ചുകൊ ണ്ടിരുന്നു. ഒരിക്കൽ ജോൺ പറഞ്ഞതാണ്.

"ഞാൻ ഒരു തമാശ പറഞ്ഞതാണ്. രായസത്തിന്റെ മകൾ ഗർഭി

ണിയായിരുന്നില്ല. ഞങ്ങൾക്കു പ്രേമവും ഉണ്ടായിരുന്നില്ല".

വെയിൽ പരന്നപ്പോഴേക്കും അയാൾ ലോഡ്ജിലെത്തി. അയാളെ കണ്ട് കൂട്ടുകാർ അമ്പരന്നു.

"ശൈൽ, എന്താ ഇത്ര രാവിലെ?"

അയാൾ എത്രനേരം മിണ്ടാതിരിക്കും.

"ഞാൻ കുടിയൊഴിഞ്ഞുപോന്നു ജോൺ"

"അപ്പോൾ കയറിക്കിടക്കാൻ ഒരിടം കൂടിയില്ല"

അവർ ഏറെ നേരം സംസാരിച്ചു. എയർബാഗിൽ കരുതിയിരുന്ന കുപ്പികൾ എടുത്തു കാട്ടി ശൈലേന്ദ്രൻ അവരെ കൊതിപ്പിച്ചു.

"ദ്, എന്റെ സമ്മാനം നിങ്ങൾ ഇന്ന് എന്നോടൊപ്പം കുടിക്കണം"

ലോഡ്ജിനു പുറത്തു തെളിഞ്ഞ വെയിൽ നോക്കിയിരുന്ന് അവർ ആ പ്രഭാതത്തിൽ നന്നായി മദ്യപിച്ചു. പടികൾ ഇറങ്ങി. കടൽക്കരയി ലൂടെ എയർബാഗും തൂക്കി ശൈലേന്ദ്രൻ നടന്നു. അയാളെ പിന്തുടർന്നു ജോണും, വാസുദേവനും, ശശിയും, കുഞ്ഞച്ചനും ശബ്ദമില്ലാത്ത ഒരു മണൽത്തീവണ്ടി പോലെ നീങ്ങി. ലഹരിയുടെ വെയിൽ ചൂടു പിടിക്കു കയാണ്. മണൽത്തരികളുടെ വിളയാടൽ ധനി മാത്രം മുഴക്കുന്ന ചെറി പ്പുകൾ മെല്ലെ നീങ്ങി. കടലിരമ്പുന്നു. ചൂടു പിടിക്കാൻ തുടങ്ങിയ കാറ്റ റിഞ്ഞ് കൂട്ടുകാർ പാറക്കെട്ടിനുമേൽ കയറി ഇരുന്നു. മൗനം വീണ്ടും തകരണമെന്നു ശൈലേന്ദ്രൻ കരുതി. അയാൾ ബാഗ് തുറന്ന് മാജിക്കു കാരനെപ്പോലെ ഒരു മാല പുറത്തെടുത്തു. ഉണങ്ങിക്കരിഞ്ഞ ആ മാല്യം കഴുത്തിലണിഞ്ഞ്, കരിയിലകളും കസവു നൂലും ചേർത്തു നെയ്ത ഒരു പൂച്ചെണ്ടുയർത്തിപ്പിടിച്ച് അയാൾ കടലിനെതിരെ തിരിഞ്ഞുനിന്നു.

"അളിയന്മാരെ"

കടലല്ല. ശൈലേന്ദ്രൻ തന്നെയാണു വിളിച്ചത്.

"അളിയന്മാരെ, മൂന്നു മാസം മുമ്പ് രാജി വയ്ക്കുമ്പോൾ ഞാനോർത്തു രക്ഷപ്പെടുകയായിരുന്നെന്ന്."

കൂട്ടുകാർ പരസ്പരം നോക്കി.

"നീയിവിടിരിക്കു ശൈൽ"

"നാല്പത്തഞ്ചുകാരന് ഇനി ജോലി തരാൻ ആരുമില്ല. എല്ലായി ടവും ആളുകൾ അധികപ്പറ്റാണെന്നു പറയുന്നു. എക്സ്പീരിയൻസ് എന്റെ വീട്ടുകാർക്കു കൂടി വേണ്ട."

ശൈലേന്ദ്രന്റെ നാവു കുഴയുന്നത് അയാൾ മദ്യപിച്ചിട്ടാണ്. കൂട്ടു കാരുടെ ചെവികൾക്കു വാക്കുകൾ നഷ്ടമാകുന്നത് അവരും മദ്യപിച്ചി ട്ടാണ്.

"അതുകൊണ്ട്, അളിയന്മാരെ, മൂന്നു മാസം മുമ്പ് നിങ്ങൾ സമ്മാ നിച്ച പൂച്ചെണ്ടും, മാലയുമായി ഞാനിതാ ഈ പരുക്കൻ കടലിന്റെ കൈക ളിലേക്ക്."

അയാൾ പുറകോട്ടു പുറകോട്ടു നടന്നു. ശശിക്കു തോന്നിയത് ശൈലേന്ദ്രൻ പത്മാധാരിയായ മഹാവിഷ്ണുവെന്നാണ്. അയാൾ

ഉയിർത്തെഴുന്നേറ്റ ക്രിസ്തുവെന്നാണ് ജോണിനു തോന്നിയത്. കുഞ്ഞ ച്ചൻ ലഹരിയുടെ തിരകളിൽ ഉയർന്നു പൊങ്ങാൻ തുടങ്ങിയിരുന്നു. വാസു ദേവൻ ഭാവനകളെ കടിഞ്ഞാണിട്ടു. അയാൾ ഉറക്കെവിളിച്ചു.

"അളിയന്മാരെ, അയാൾ മരിക്കരുതെന്നു പറയൂ".

നാലു പേരും വേച്ചുവേച്ചു നടന്ന് ശൈലേന്ദ്രനെ സമീപിച്ചു.

"ശൈലേ മരിക്കരുതേ. ഞങ്ങൾ നിനക്ക് ജോലി തരാം."

വായ്ത്താരി ആവർത്തിച്ചപ്പോൾ ശൈലേന്ദ്രൻ അതു വിശ്വസിച്ച് പൂച്ചെണ്ടും, മാലയും പാറക്കെട്ടിനു താഴേക്കു വലിച്ചെറിഞ്ഞു. അവർക്കു നേരെ ഓടി അയാൾ അവരുടെ നീട്ടിയ കൈകളിലേക്കമർന്നു അവ രെല്ലാം കൂടി കെട്ടിപ്പിടിച്ച് ആ പാറമേൽ നൃത്തം വച്ചു. കടൽക്കരയിൽ മലവിസർജ്ജനത്തിനു വന്ന കുട്ടികൾ എഴുന്നേറ്റ് ആ നൃത്തം നോക്കി നിന്നു.

"എനിക്കെന്താ ജോലി?"

കൂട്ടുകാർ ആലോചിച്ചു.

"ഒഴിവ് എവിടുണ്ട്?"

ജോണിന് ഒഴിവുകിട്ടി

"രായസം, രായസം പരമൂന്റെ ഒഴിവുണ്ട്."

അപ്പോൾ ഒറ്റപ്പല്ലുകിളിർത്ത ചിരിയോടെ ആ ജോലി സ്വീകരിക്ക ണോ, വേണ്ടയോ എന്നാലോചിച്ചു കൊണ്ട് ശൈലേന്ദ്രൻ നൃത്തച്ചുവടു കൾ വച്ചു. കൂട്ടുകാർ കൂക്കിവിളിച്ചു.

"രായസം പരമോ, രായസം പരമോ"

നൃത്തം പൊടിപൊടിക്കുകയാണ്.

ടാറ്റു

ഒരു തണുത്ത ധനുമാസരാത്രിയിൽ സെന്റർ ഫോർ ഡെർമറ്റോ ളജി ആന്റ് കോസ്മറ്റോളജിയുടെ നാലാം നിലയിലെ ശീതീകരിച്ച വിശാ ലമായ ഹാളിൽ അഭിമുഖമായി നിരത്തിയിട്ട മൃദുവായ രണ്ടിരിപ്പിടങ്ങളി ലൊന്നിൽ വചനപാലൻ എന്ന തസ്കര രാജാവ് അക്ഷമയോടെ കാത്തി രുന്നു. ഓരോ തവണയും ക്ലിനിക്കിന്റെ വാതിൽ തുറന്നടയുമ്പോൾ അയാൾ ചാടിയെണീക്കാൻ തുടങ്ങുമായിരുന്നു. അപ്പോഴൊക്കെ നേഴ്സ് അയാളെ നോക്കി ചെറുചിരിയോടെ പറഞ്ഞുകൊണ്ടിരുന്നു.

"കാത്തിരിക്കണം, കേട്ടോ സാർ"

അയാൾ വിരസതയോടെ തന്റെ ഇടകൈത്തണ്ടയിൽ പച്ചകുത്തി യിരുന്ന ചിത്രത്തിൽ നഖം കൊണ്ടു കുത്തിനോക്കി. ഒട്ടും സ്പർശമറി ഞ്ഞില്ല. അവിടം മരവിച്ചു കിടന്നു. ലോക്കൽ അനസ്തേഷ്യ പ്രവർത്തിച്ചു തുടങ്ങിയിരുന്നു. അയാൾക്ക് ആ പച്ചകുത്തിയ പാട് മായ്ച്ചുകളഞ്ഞേ തീരു. അത് നിരാലംബമായ ഒരു ബാല്യം അയാളെ നിരന്തരം ഓർമ്മി പ്പിച്ചു.

ഒരിക്കൽ ഭഗവാന്റെ പടം വരയ്ക്കാനാണ് കൈത്തണ്ട നീട്ടിയത്. കിട്ടിയത് ഒരു കണ്ണടച്ചിത്രം. അതിനു താഴെ ഏ.ക.ഘ. എന്ന മൂന്നക്ഷര ങ്ങളും. ചിത്രകഥകളിലെ കള്ളന്മാരുടെ വാലൻകണ്ണട. വാലിട്ടുകണ്ണെഴു തിയ നീൾമിഴിക്കണ്ണനുപകരം വാലൻ കണ്ണട. ഗുരു പുറത്തുതട്ടി:

"ഗോഡ് ഈസ് ലൗ മോനേ. കുട്ടിപ്പട്ടാളങ്ങൾക്ക് ഭഗവാനല്ല ചേർച്ച. പോയി വെക്കം പണി പഠിച്ചാട്ടെ"

പഠിച്ച പണി ഏറെ നാൾ തുടർന്നു. കുട്ടിത്തം വിട്ടു. മൂക്കിനുതാഴെ മീശ അവതരിച്ചു. എന്നിട്ടും കീശയറുക്കലിൽ നിന്നും സ്ഥാനക്കയറ്റം ലഭിച്ചില്ല. മനംനൊന്ത് കേണപേക്ഷിച്ചു.

"മുത്തോരുചെയ്യുന്ന പണി ഞാനും ചെയ്യട്ടെ ഗുരോ"

എതിരുനിന്ന ഗുരുവിനെ തിരസ്കരിച്ച് പാളയം വിട്ടിറങ്ങി. സ്വയം പറഞ്ഞു. 'ഏ.ക.ഘ.   ഗോഡ് ഈസ് ലൗ.'

കള്ളങ്ങളേ ചെയ്തു പരിചയമുള്ളൂ. എന്നിട്ടും വേഗം വേഗം വിജയിച്ചു മുന്നേറി. അനുയായികളും പണവും ധാരാളമായി. എല്ലാ പ്രധാന നഗരങ്ങളും കേന്ദ്രീകരിച്ചു സംഘം മുന്നേറിക്കൊണ്ടിരുന്നു. ഇപ്പോഴാ കട്ടെ ഒരു കൃത്യവും നേരിട്ടു ചെയ്യേണ്ടതില്ല. ഏറെയും ഓൺലൈൻ ആണ് സുഖം. അപ്പോഴാണ് വാലൻ കണ്ണടയുടെ ദുർമുഖം കൈത്തണ്ട യിൽ അമർന്നിരുന്ന് അയാളെ നോക്കിയത്. ഏകാന്തനിമിഷങ്ങളിലൊക്കെ അതയാളെ നിശ്ശബ്ദമായി ഓർമ്മിപ്പിച്ചു. നീ പഴയ കുട്ടിക്കള്ളനല്ലേ.

അയാൾക്ക് സമൂഹത്തിൽ ഇന്നൊരു വിലയുണ്ട്. വാൽക്കണ്ണട അയാ ളുടെ അഭിമാനത്തിൽ മുറിവേല്പിച്ചു. എപ്പോഴോ എങ്ങനെയോ 'ഏ.ക.ഘല.' ന്റെ നേരർത്ഥം അയാൾക്കു വെളിവായി, 'Goodness is Lost.' നന്മ നഷ്ടപ്പെട്ടെന്ന്. അയാൾ കൈയിൽനിന്നും ആ 'ഏ.ക.ഘല' നീക്കാ നായി ആഗ്രഹിച്ചു. സ്വയം ശ്രമിച്ചു. പല തവണ പല മാർഗ്ഗങ്ങൾ പരാ ജയം സമ്മതിക്കാതെ ശ്രമം തുടരുകയായിരുന്നു. ആരോടെങ്കിലും പറ യാൻ പറ്റുമോ? അങ്ങനെ ഈ ശീതികരിച്ച മുറിയിലെ പതുപതുത്ത ഇരിപ്പിടത്തിൽ ഒറ്റയ്ക്കു വന്നിരുന്നു.

അയാൾക്ക് ആകെ മരവിപ്പു തോന്നി. ഈ തൊലിഡോക്ടർ ഇത്രയും നേരം എന്തു ചെയ്യുകയാണ്. താഴെ ഇരുണ്ട രാജവീഥിയെ ജ്വലിപ്പിച്ചു കൊണ്ട് ഏതോ മന്ത്രിയുടെ കാർ ചീറിപ്പാഞ്ഞു പോകുന്നത് കണ്ണാടി ജാലകത്തിലൂടെ അയാൾ കണ്ടു. ഏതോ മതമേലദ്ധ്യക്ഷൻ ഉറക്കമാകു ന്നതിനു മുമ്പ് പാദം തൊട്ടുനമസ്കരിക്കാനുള്ള പാച്ചിലായിരിക്കും.

കിരുകിരാ തുറന്ന വാതിലിലൂടെ തലയിട്ട് നഴ്സ് വിളിച്ചു. ചിന്ത കൾ മാറ്റിവച്ച് അയാൾ ചാടിയെണീറ്റു. ഉറച്ച കാലടികളോടെ അവളുടെ നീലനീർമിഴികളിൽ നോക്കി മുമ്പോട്ടു നടക്കുമ്പോൾത്തന്നെ അവൾ സുന്ദരിയാണെന്നും ഏതെങ്കിലും നല്ല കസ്റ്റമർക്ക് തരപ്പെടുത്തി കൊടു ക്കണമെന്നും അയാൾ തീരുമാനിച്ചു. കറക്കുകസേരയിൽ ചാഞ്ഞിരുന്ന ഡോക്ടർ ഒരർദ്ധവൃത്തത്തിൽ കറങ്ങി. അദ്ദേഹം ഒരു വലിയ ലെൻസി ലൂടെ ആ വാലൻ കണ്ണടയിലേക്ക് ഏറെനേരം നോക്കിയിരുന്നു. ആ കണ്ണ ടയ്ക്കു പിന്നിൽ അരൂപിയായ ഏതോ പരിചയക്കാരനെ തേടുന്നതുപോ ലെയുള്ള ഡേക്ടറുടെ നില്പുകണ്ട് അയാൾ ഓർമ്മപ്പെടുത്തി.

"ഒരു ഭംഗീമില്ലാത്ത പടമാ സാറേ അതങ്ങു നീക്കിയേര്."

ഡോക്ടർ ചൂണ്ടിക്കാണിച്ച മേശപ്പുറത്ത് അയാൾ നീണ്ടുനിവർന്നു കിടന്നു. അവിടെ വെളിച്ചത്തിന്റെ പ്രളയമുണ്ടായി. ആ വെള്ളിവെളിച്ച ത്തിൽ അയാൾ ഡോക്ടറുടെ കൈ/ലെ വാച്ച് ശ്രദ്ധിച്ചു അഞ്ചാറുലക്ഷം രൂപാവിലയുള്ള ഒന്ന്. റോലക്സ് സബ്മറൈനർ! അയാൾ സ്വയം നിയ ന്ത്രിച്ചു. മേശയോടു ചേർന്നുള്ള യന്ത്രത്തിൽ നീളൻ വാലുകളുറപ്പിച്ചു തൂങ്ങിക്കിടന്ന ഉപകരണങ്ങളിലൊന്നെടുത്ത് ഡോക്ടർ ചില ക്രമീകരണ

ങ്ങൾ നടത്തി. പച്ചകുത്തിയ കൈപിടിച്ച് മേശപ്പുറത്തെ ക്ലിപ്പിൽ ഉറപ്പിച്ചു. കറുത്ത കട്ടിത്തുണികൊണ്ട് അയാളുടെ കണ്ണുകെട്ടി. കമ്പ്യൂട്ടർ മൗസ്പോലുള്ള ഒരുപകരണം ഡോക്ടർ ആ വാലൻ കണ്ണടയിലൂടെ ഓടിച്ചപ്പോൾ അയാൾ അവിടെ നേരിയ മുള്ളുകൊള്ളലറിഞ്ഞു. ആ ഉപകരണം കൈത്തണ്ടയിലെ ഒരണി ചർമ്മവും ആ വാലൻ കണ്ണടയും നക്കിയെടുത്തിരിക്കുമെന്ന് അയാൾ തീർച്ചയാക്കി. നീറ്റലിൽ അയാൾ എരിപൊരികൊണ്ടു. കണ്ണിലെ കെട്ടുമാറ്റിയപ്പോൾ അയാൾ കൈയിലേക്കു ചരിഞ്ഞു നോക്കി. എവിടെ വാലൻകണ്ണട എവിടെ ഏ.ക.ഘ. ഹഹഹ.

ഡോക്ടർ മറ്റേതോ ഉപകരണവുമായി അയാളെ സമീപിക്കുമ്പോഴേക്കും യുദ്ധസന്നാഹത്തോടെ കുറെ പൊലീസുകാർ പാഞ്ഞുവന്ന് ആ മുറിയിൽ നിറഞ്ഞുനിന്നു. അവിടെ പൊലീസുകാരുടെ ഉറച്ച മാംസപേശികളിൽ തീർത്ത ഒരു ഭിത്തിയുണ്ടായി. അവർ ആദരപൂർവ്വം ആരെയോ ആനയിച്ചുകൊണ്ടു വന്ന് ആ ഭിത്തിയുടെ മറവിൽ ഇരുത്തി. ഉന്നതരാങ്കിലുള്ള ഒരു പൊലീസുകാരൻ ഡോക്ടറുടെ തോളിൽ തട്ടിയിട്ട് ഉത്തരവിട്ടു.

"മന്ത്രീടെ കേസ് ആദ്യം ചെയ്യ്. ഇതു പിന്നെ മതി."

ആ മുറിയിൽ പുതുതായി ഉണ്ടായ മനുഷ്യഭിത്തി വിയർപ്പു നാറ്റത്തിന്റെ ഒരു വലിയ അണക്കെട്ടുതീർത്തു. ഡോക്ടർ പൊലീസുകാരുടെ ആ ഭിത്തിയിലൂടെ ഊളിയിട്ട് അടുത്ത ടേബിളിലേക്കു നീങ്ങി.

"ഈ കറുത്ത വാലൻ കണ്ണടയുടെ ചിത്രം വിശേഷപ്പെട്ടതുതന്നെ; അതിനുതാഴെ ഏ.ക.ഘ. എന്ന വാക്യവും."

പൊലീസുകാരുടെ ഭിത്തിക്കപ്പുറത്തുനിന്ന് ഡോക്ടർ അതിശയിച്ചു. ഡോക്ടറുടെ വാക്കുകൾ കേട്ട് മന്ത്രി ചിരിച്ചു. അദ്ദേഹം സ്വന്തം ബാല്യകാലം വാക്കുകളിലാക്കി. അദ്ദേഹത്തിനു മഹാപണ്ഡിതനായ ഒരു ഗുരു വുണ്ടായിരുന്നു. ഏറ്റവും സമർത്ഥനായ ശിഷ്യന്റെ കൈത്തണ്ടയിൽ അദ്ദേഹം വാലൻകണ്ണട പച്ചകുത്തിക്കൊടുക്കുമായിരുന്നു. ഗുരു ഭയങ്കര തത്ത്വജ്ഞാനിയാണ്. അദ്ദേഹം വലിയ കാര്യങ്ങൾ പറയുമായിരുന്നു. അങ്ങനെ ഏതോ മഹാമന്ത്രമാ ഈ കോഡുവാക്ക്, ഏ.ക.ഘ. ഗുരുവിന്റെ സകല അനുഗ്രഹങ്ങളും നേടിയ ഒരു ശിഷ്യനാണ് മന്ത്രി. പക്ഷെ, കാലം കഴിഞ്ഞപ്പോൾ ആ ചിത്രത്തിനു ഭംഗിപോരാ എന്ന തോന്നൽ മന്ത്രിയെ അലട്ടിത്തുടങ്ങി. എന്നും ഭൂതകാലം ഓർത്തു ജീവിക്കുന്നതു പുരോഗമനപരമല്ലല്ലോ.

മന്ത്രി പറഞ്ഞതെല്ലാം ഡോക്ടർ ശരിവയ്ക്കുന്നതുകേട്ട് വചനപാലനു തമാശ തോന്നി. തീർച്ചയായും മന്ത്രിയുടെ മഹാനായ ഗുരു പഠിപ്പിച്ചത് എന്തായിരിക്കുമെന്നയാൾ ഊഹിച്ചു. കാരണം വചനപാലൻ അല്പം ഉറക്കെത്തന്നെ പറഞ്ഞു:

"അപ്പോൾ എന്റെ ഗുരുതന്നെയാണ് മന്ത്രിയെ പഠിപ്പിച്ചത്. അദ്ദേഹം മാത്രമേ ഏകോണിച്ച ആ ചിത്രം കുട്ടികളുടെ കൈത്തണ്ടയിൽ വരച്ചിരുന്നുള്ളൂ."

മേശപ്പുറത്തെ ക്ലിപ്പിൽ ഉറപ്പിച്ചിരുന്ന അയാളുടെ കൈയിലെ യന്ത്ര ദംശനത്തിന്റെ നീറ്റൽ അപ്പോഴും കുറഞ്ഞിരുന്നില്ല. ഏകദേശം ഒരു മണിക്കൂർ കഴിഞ്ഞ് ദുർഗന്ധത്തിന്റെ ഡാം പൊട്ടിയൊഴുകിയതുപോലെ മന്ത്രിക്കു പുറകെ പൊലീസുകാർ പൊയ്ക്കഴിഞ്ഞു. ഡോക്ടർ തിരികെ വന്ന് വിലകെട്ട ഒരു 'സോറി'യും പറഞ്ഞ് ക്ലിപ്പിൽനിന്നും അയാളുടെ കൈ സ്വതന്ത്രമാക്കിയിട്ട് ഒരു ബാം പുരട്ടിക്കൊടുത്തു. ബില്ലടച്ച്, നന്ദിപ റഞ്ഞ് കാർപാർക്കിലേക്കു നടക്കുമ്പോഴും വചനപാലൻ മന്ത്രിയുടെ ബാല്യകാലമുഖം ഓർക്കാൻ ശ്രമിക്കുകയായിരുന്നു. കാർ നീങ്ങാൻ തുട ങ്ങിയപ്പോൾ വെറുതെ ഇടംകൈയിലേക്കു നോക്കിയ അയാളെ അത്ഭു തപ്പെടുത്തിക്കൊണ്ട് ആ വാലൻകണ്ണടച്ചിത്രം അവിടെത്തന്നെ ഉണ്ടായി രുന്നു. പക്ഷെ, ഒരു വ്യത്യാസം മാത്രം. പച്ചകുത്തിയ നിറത്തിനു പകരം ചോര പൊടിയുന്ന മാംസത്തിന്റെ നിറം. അതുകണ്ടിട്ട് പരിശ്രമം വെറു തെയായല്ലോ എന്ന നീറ്റലോടെ അയാൾ ഇടനെഞ്ചിൽ കൈവച്ചുപോയി. അസാധാരണമായി എന്തോ ഒന്ന് സ്വന്തം കീശയിൽ കിടക്കുന്നതറിഞ്ഞ് അയാൾ വഴിയോരം ചേർത്ത് വണ്ടി നിർത്തി. കീശയിൽ കിടന്നത് ഒരു വാച്ച് ആയിരുന്നു. ഡോക്ടറുടെ ആ വിലകൂടിയ വിദേശവാച്ച്.

വചനപാലൻ ചിരിയോടെ വീണ്ടും ഗിയർ മാറ്റി, വണ്ടി മുന്നോട്ടെടുത്ത്, കട്ടപിടിച്ച ഇരുട്ടിലൂടെ കാറോടിച്ചുപോയി.

അപഥസഞ്ചാരം

സന്ധ്യയ്ക്ക് പൂജാമുറിയിൽനിന്നിറങ്ങിയ രമ്യയെ കാത്തിരുന്നത് ഔട്ട്ഹൗസിലെ പൊട്ടിച്ചിരി. രഞ്ജിത്തിന്റെ കൂട്ടുകാരൻ വചനപാലൻ നാട്ടിൽനിന്നെത്തിയതിന്റെ ആഹ്ലാദപ്രകടനമാണവിടെ. ഇരുളിലാണ്ടു കിടന്ന ആ വലിയ വീട്ടിൽ ഓടിനടന്ന് എല്ലാ മുറികളിലും വെളിച്ചംവരു ത്തിയിട്ട് രമ്യ മുറ്റത്തേക്കിറങ്ങി. അവൾ ചിട്ടയായി വളർത്തിയെടുത്ത പൂന്തോപ്പിൽ കൽപ്രതിമകളുടെ ചാരെ സിമന്റുബഞ്ചിൽ ചാഞ്ഞിരുന്നു. എവിടെയോ പൂത്ത ഏഴിലംപാല അവളുടെ ഓർമ്മയിൽ ഊർജ്ജം പകർന്നു.

–ഈ ഓർമ്മകളിൽ ജീവിക്കുകാന്നു പറയുന്നതു സത്യമാണോ?

അതുകൊണ്ടാണല്ലോ പോയകാലത്തനുഭവിച്ച പട്ടിണിയുടെ ഓർമ്മ അവൾക്കു കരുത്താവുന്നത്. ഇരുട്ടു കുഴഞ്ഞുകിടന്ന പുൽപ്പരപ്പിലേക്ക് ഓരോരോ ചെറുകല്ലുകൾ എറിഞ്ഞുപിടിപ്പിച്ചുകൊണ്ട് അവൾ ആ കാലത്തെ വലയിട്ടുപിടിക്കാൻ ശ്രമിച്ചു.

നിറഭേദങ്ങളില്ലാത്തതായിരുന്നു അവളുടെ കൗമാരകാലം. ഈ രഞ്ജിത്തിന്റെ ഭാര്യയായിത്തീരുമെന്ന് അവൾ ഒരിക്കലും സങ്കൽപിച്ചി ട്ടുപോലുമില്ല. പഠിപ്പു മുടക്കാനായി മാത്രം പള്ളിക്കൂടത്തിലെത്തുന്ന കുറെപ്പേരുടെ നേതാവ് മാത്രമായിരുന്നു അയാൾ. മുഴുവൻസമയ രാഷ്ട്രീ യപ്രവർത്തനത്തിനു വേണ്ടി അയാൾ പഠനം ഉപേക്ഷിച്ചു.

അന്നൊക്കെ രഞ്ജിത്തിന്റെ വരവറിയിക്കുന്നത് അയാളുടെ മോട്ടോർസൈക്കിളിന്റെ ഭീകരശബ്ദമായിരുന്നു. നാട്ടുകവലയിൽ ആ കുടു കുടുപ്പൻ ശബ്ദവുമായെത്തുന്ന അയാളെ കാണാൻ, സങ്കടമറിയിക്കാൻ, അഭിനന്ദിക്കാൻ എത്രയോ പേർ ഓടിയെത്തുമായിരുന്നു. ആ ആഘോ ഷങ്ങൾ കാൺകെ വിദ്യയെക്കാൾ വലിയ ധനമുണ്ടെന്ന് രമ്യ മനസ്സി

ലാക്കി. എന്നാൽ ഇപ്പോൾ അവൾക്കങ്ങനെ ഓർത്തുകൂടാ. കാരണം അയാൾ അവളുടെ സ്നേഹഭാജനമായ ഭർത്താവാണ്. പോരെങ്കിൽ മന്ത്രിയുടെ വിശ്വസ്തനായ ചങ്ങാതി.

ചില ഓർമ്മകൾ ശല്യകാരികൾ തന്നെയാണ്. സുഖകരമായ എന്തെല്ലാം ഓർക്കാൻ കിടക്കുന്നു. അപ്പോഴാണ് ദാ, ഇങ്ങനെയൊന്ന് തോടുപൊട്ടി ഇഴയാൻ തുടങ്ങുന്നത്. ഒരിക്കൽ ഈ നല്ലവനും മിടുക്ക നുമായ രഞ്ജിത്ത് തന്നെയാണ് ഒരു പടുകിഴവനെ അടിച്ചും തൊഴിച്ചും കവലയിലെ അഴുക്കുചാലിലേക്കു തള്ളിയിട്ടത്. വൃദ്ധൻ ആരെന്നോ അയാൾ ചളിക്കുണ്ടിൽ കുളിക്കേണ്ടിവന്നതെന്തിനെന്നോ അന്ന് രമ്യയ്ക്ക റിഞ്ഞുകൂടായിരുന്നു. ഒന്നുമാത്രമറിയാം. തിങ്ങിനിറഞ്ഞ യാത്രികരുടെ മുഷിവുമണത്തിൽനിന്നും ഒരു ലൈൻബസ് അതിന്റെ വാതിൽ തുറന്ന് അവളെ കവലയിലേക്ക് വിളിച്ചിറക്കിയത് ആ ക്രൂരതയുടെ കാഴ്ചയി ലേക്കായിരുന്നു.

ഇപ്പോഴെന്തിനാ ഇതൊക്കെ ഓർക്കുന്നത്. ദാ, കേട്ടില്ലേ ഔട്ട് ഹൗസിലെ ആഘോഷത്തിമിർപ്പ്. ഇതേ വചനപാലന്റെ കൂടെയാണ് ഒരു ദിവസം ഭംഗിയായി വെട്ടിയൊതുക്കിയ മീശയിലും അലക്ഷ്യമായി കോതി യിട്ട മുടിയിലും ഒരു ഗ്രാമഭംഗിയൊക്കെ ഒളിപ്പിച്ച് രഞ്ജിത്ത് അവളുടെ വീട്ടിലെത്തിയത്. രഞ്ജിത്തിന്റെ ചിരിയിലും വിനയാന്വിതമായ സംസാ രത്തിലും അവളുടെ അച്ഛനമ്മമാർ പെട്ടുപോയി. അമ്മ അയാളുടെ വിന യത്തെക്കുറിച്ചു ചെവിയിൽ പറഞ്ഞപ്പോൾ രമ്യ വിപരീതാർത്ഥത്തിൽ തലകുലുക്കി സമ്മതിച്ചു.

−ഞാൻ നേരിൽ കണ്ടിട്ടുണ്ടമ്മേ. കവലയിലെ ചെളിക്കുണ്ടിൽ വീണ ഒരു വൃദ്ധനെ അയാൾ വിനയത്തോടെ രക്ഷിക്കുന്നത്. അതുകൊണ്ട് അമ്മേ, പൊന്നമ്മേ, അത്രയും വിനയാന്വിതനായ ഒരാളെ എനിക്കു വേണ്ടാ.

പൊയ്പോയ ഏതോ കാലത്തു നിന്നും അർത്ഥം നഷ്ടപ്പെട്ട ഒരു വാക്ക് അമ്മയുടെ നാവിൽ നടനം ചെയ്തു.

−ഫോ, അശ്രീകരമേ.

പിന്നെ അമ്മ അവളോട് അയാളുടെ സ്തുതിപാഠങ്ങളുരുവിട്ടു. സമ്പത്തും അധികാരവും ഉണ്ടായിട്ടും അയാളുടെ ലളിതജീവിതം കണ്ടില്ലേ." രമ്യ വെറുതേ മൂളിക്കേട്ടു. നാട്ടിലെ ഏതു കാര്യത്തിനാണ് അയാളുടെ കൈ ചെല്ലാത്തത്. തകർന്നുവീണ പാലം കെട്ടിയില്ലേ. കൃഷിയുപേ ക്ഷിച്ചുകിടന്ന നാലേക്കർ പുഞ്ചനിലം മണ്ണിട്ടുയർത്തി പഞ്ചായത്തു കളി ക്കളമാക്കിയില്ലേ. നാട്ടിൽ എത്രപേർക്കുവേണ്ടി പൊലീസിൽ ഇടപെടു ന്നു. രമ്യ അങ്ങനെ ആ വാക്കുകളുടെ പൊലിമയിൽ കണ്ണുപെട്ടിരുന്നു പോയി. അമ്മയ്ക്കാവേശമായി.

−അതുകൊണ്ട്, നിനക്ക്, പെണ്ണേ, അവന്റെകൂടെ ഒരു രാജ്ഞിയായി കഴിയാം. അല്ലാതെ നിന്റെ കൂട്ടുകാരി നിത്യയെപ്പോലെ നടക്കാത്ത സ്വപ്നങ്ങൾക്കു പുറകെ പോകരുത്.

ആ വാക്കുകൾ അവളിൽ വിസ്മൃതമായിരുന്ന ദുഃഖത്തെ ഉണർത്തി വിട്ടു. അവളുടെ ഒരേയൊരു കൂട്ടുകാരിയായിരുന്നു നിത്യ. അവളുടെ ഉടലഴകിൽ എന്തോ ആകർഷണീയത കൂടുതലുണ്ടായിരുന്നു. ശക്ത മായ ചിന്തകളും സ്വപ്നങ്ങളുമുള്ള അവൾ സ്വയം ജീവൻ കെടുത്തിക്ക ളയുമെന്ന് രമ്യ കരുതിയിരുന്നില്ല. പക്ഷെ അജ്ഞാതമായ ഏതോ കാര ണത്താൽ അവൾ വീട്ടിനുള്ളിൽ തൂങ്ങിമരിക്കുകയായിരുന്നു.

തന്റെ വാക്കുകളുടെ വഴിയിൽ നിന്നും കുറെ നേരത്തേക്കു തെന്നി മാറിപ്പോയ രമ്യയുടെ മനസ്സിനെ അമ്മ വീണ്ടും വരുതിയിലാക്കി. നിത്യ യുടെ ശവശരീരം ഡോക്ടർമാർ കഷണം കഷണമാക്കിക്കളയാതെ കാത്തത് ആ രഞ്ജിത്തായിരുന്നില്ലേ. സ്വാഭാവികമരണമാക്കി ആ ശവം ദഹിപ്പിക്കാൻ അവൻ മുൻകൈ എടുത്തില്ലായിരുന്നെങ്കിൽ ആ പാവപ്പെട്ട വീട്ടുകാർ പൊലീസും കോടതിയുമായി ആയുസ്സൊടുങ്ങേണ്ടിവരുമായി രുന്നില്ലേ. അതോണ്ട്, രമ്യേ, മോളേ, രഞ്ജിത്തിന് നിന്റച്ഛൻ വാക്കു കൊടുക്കും.

രമ്യയ്ക്കു മൊഴിമുട്ടി. അവൾ വെറുതെ ഒരു മൂളലായിപ്പോയി. അറ ച്ചറച്ചാണവൾ കുടുംബജീവിതത്തിലേക്കു കടന്നത്. എന്നാൽ അവളുടെ ഓരോ ദിനവും വിരിഞ്ഞുകൊണ്ടിരുന്നത് അവാച്യമായ, ആനന്ദഭരിത മായ ജീവിതാവസ്ഥയിലേക്കായിരുന്നു. രഞ്ജിത്തിന്റെ വിശാലമായ നെഞ്ചിൽ മുഖമമർത്തിനിന്ന് എത്രയോ പ്രാവശ്യം അവൾ വിളിച്ചിരി ക്കുന്നു.

–എന്റെ പ്രിയനെ, എന്റെ സ്നേഹരാജ്യത്തിലെ ചക്രവർത്തീ.

മലയാളം ബിരുദാനന്തരബിരുദമുള്ള ഭാര്യയുടെ എന്തോ കുഴ പ്പമായി ആ വിളിയെ മനസ്സിലാക്കിയ അയാൾ അവളുടെ നീളൻ മുടിയി ഴകളിലൂടെ വിരലോടിച്ചു സമാശ്വാസിപ്പിച്ചു.

–സാരമില്ല. എല്ലാം എനിക്കു സഹിക്കാനാകും. നീ സുന്ദരിയാ.

രഞ്ജിത്തിനെ കാത്തിരുന്നു കാത്തിരുന്നു മന്ത്രി വിഷമിച്ചു. ഭരണം ആകെ അവതാളത്തിലായി. മന്ത്രിക്ക് എന്തിനും ഏതിനും അവന്റെ ബുദ്ധി വേണമായിരുന്നു. മധുവിധുകാലം കഴിയുംമുമ്പുതന്നെ രഞ്ജി ത്തിനു കർമ്മനിരതനാകേണ്ടിവന്നു. ആ യുവമിഥുനങ്ങൾക്കായി പ്രത്യേക സ്വപ്നഭവനം തലസ്ഥാനത്ത് ഒരുക്കിയിരുന്നു. ഭരണത്തിന്റെ ഇടവേള കളിൽ രഞ്ജിത്ത് വീട്ടിലെത്തുമായിരുന്നു. തീൻമേശ നിറയെ ഭാര്യയു ണ്ടാക്കിയ വിഭവങ്ങൾ. കൊതിയോടെ കൈകഴുകിത്തുടയ്ക്കുന്ന അയാൾക്കു തടസ്സം നിന്ന് രമ്യ ചുടുചുംബനങ്ങൾ ആവശ്യപ്പെടും. അതൊക്കെ സാഹിത്യം പഠിച്ചവരുടെ തമാശകളായി പരിഗണിക്കാനേ അയാൾക്കു കഴിഞ്ഞുള്ളൂ. അത്തരക്കാർ പ്രായോഗികത എന്തെന്നറി യാത്തവരാണെന്നു ചെറുചിരിയോടെ ഓർത്തിട്ട് അയാൾ വറുത്ത കോഴി ക്കാലുകളിൽനിന്നും സംഗീതം പൊഴിക്കുമായിരുന്നു.

ചില രാപ്പക്ഷികൾ വിളക്കുകാലുകളിൽ വന്നിരുന്ന് ഈയലുകളുടെ സ്വാദുനോക്കുന്നതു കണ്ടു. രമ്യയ്ക്ക് ദേഷ്യംവന്നു. ഔട്ട്ഹൗസിലെ

പഴങ്കഥകളും പൊട്ടിച്ചിരികളും അവളെ ശുണ്ഠി പിടിപ്പിച്ചു. മൂന്നു മണി ക്കൂറിലേറെയായി ആഘോഷം നീളുകയാണ്. വചനപാലൻ വന്നത് പുഞ്ചക്കണ്ടം നികത്താനുള്ള സ്പെഷ്യൽ സാങ്ഷനുവേണ്ടിയാണ്. രഞ്ജിത്ത് ഉറപ്പുകൊടുത്തതുമാണ്. എന്നിട്ടുമെന്തേ ഈ നേരംകൊ ല്ലൽ. രമ്യ കല്പ്രതിമകളെ ദേഷ്യത്തോടെ നോക്കിയിട്ട് ഔട്ട്ഹൗസിന്റെ ജനാലയ്ക്കലേക്കു നടന്നു.

കുടിച്ചു പൂസായ ആ സുഹൃത്തുക്കളുടെ അപ്പോഴത്തെ വിഷയം നിത്യയുടെ മരണമായിരുന്നു.

–ഓ, അതൊന്നും ഓർമ്മിപ്പിക്കാതെടാ. ഒരു വല്ലാത്ത കുളിര്.

രഞ്ജിത്തിന്റെ ആ വാക്കുകൾ രമ്യയ്ക്കു കത്തിമുനകൾപോലെ തോന്നി. വചനപാലൻ സംസാരം നിർത്തുന്നില്ല.

നിത്യയുടെ അമ്മ നിലവിളിച്ചപ്പോൾ ആദ്യം ഓടിയെത്തിയതു രഞ്ജിത്തും വചനപാലനുമായിരുന്നു. ഫാനിൽ തൂങ്ങിപ്പിടഞ്ഞ പെണ്ണിനെ അവർ കയർ അറുത്തു താഴെക്കിടത്തി. പക്ഷെ അവളുടെ ശ്വാസം നിലച്ചിരുന്നു.

–ആ കിടപ്പു നോക്കിനിന്ന് നീ സ്വയം മറന്നുപോയി.

–ഹാ, ഹാ, വചനപാലാ, അവളുടെ അമ്മയെ അവിടെനിന്നും മാറ്റി നിർത്തി നീ സമാധാനിപ്പിച്ചു. നീ യഥാർത്ഥമിത്രം.

കതകടച്ച മുറിയിൽ നീയും നിത്യയും മാത്രം. ഹാ.ഹാ.ഹാ...

–ഹതെ. ഞാനും അവളും.

–ഹതെ. നീയും ശവവും മാത്രം.

–വേണ്ടാ. വേണ്ടാ. വചനപാലാ. അധികം ഓർമ്മിപ്പിക്കാതെ. പക്ഷെ, ഉള്ളതു പറയാമല്ലോ. അതാണ് ഞാൻ ഏറ്റവും അധികം ആസ്വ ദിച്ച കർമ്മം.

കനത്ത കൈത്തണ്ടയിലെ രോമം വലിച്ചുകാണിച്ച് രഞ്ജിത്ത് വച നപാലനെ വിശ്വസിപ്പിച്ചു.

–ദാ കുളിരുകോരുന്നെടാ, അതോർത്തപ്പോൾ.

–ആ മുറിയിൽനിന്നുതന്നെ നീ തിരുവനന്തപുരത്തേക്കു വിളിച്ചു. അവളുടെ പോസ്റ്റ്മോർട്ടം ഒഴിവായി.

–ജനാധിപത്യത്തിൽ നേതാവിനുണ്ടായിരിക്കേണ്ട ഗുണങ്ങളെക്കു റിച്ച്, എന്റെ വചനപാലാ, നീ ഇപ്പോഴെങ്കിലും മനസ്സിലാക്ക്.

അങ്ങനെ രാവേറെച്ചെല്ലുവോളം ചിരിച്ചുചിരിച്ചുചിരിച്ച്...

രമ്യ സ്വയം ഓർമ്മിപ്പിച്ചു. –നീ കേട്ടോടീ രമ്യേ. ചീത്ത ഓർമ്മകൾ ചീത്ത മനുഷ്യർക്ക് അസാധാരണമായ ഗതികോർജ്ജം നല്കും.

ഇരുളിനും വെളിച്ചക്കീറുകൾക്കുമിടയിലെ ഒരു കല്പ്രതിമയായി പ്പോയി അവൾ.

ഒരു കനത്ത ഗുഡ്നൈറ്റിനും അട്ടഹാസത്തിനും ശേഷം രഞ്ജിത്ത് എഴുന്നേറ്റ് ഔട്ട്ഹൗസിൽ നിന്നും തിരിച്ചുപോകാൻ തുടങ്ങിയപ്പോഴേക്കും ആ കല്പ്രതിമ രമ്യയായി വേഗം കിടക്കയിൽ ചെന്നുകിടന്നു.

പഴയ കഥകൾ നല്കിയ ഭയങ്കരമായ ഊർജ്ജത്തോടെ രഞ്ജിത്ത് അവളുടെയടുത്തേക്ക് ചെന്നു. ചുറ്റിപ്പിടിച്ച അയാളുടെ കനത്ത കൈകൾ ആദ്യമായി അവളെ ഭയപ്പെടുത്തി. ഭയത്തിൽ നിന്നും രക്ഷപ്പെടാനായി തന്നെ ഒരു പെരുമ്പാമ്പ് ചുറ്റിയിരിക്കുന്നതായി അവൾ ചിന്തിച്ചുനോക്കി. അവൾക്ക് സ്വയം ഒരു ശവമാണെന്ന തോന്നലുണ്ടായി. കയർ അറുത്തു താഴെക്കിടത്തിയ ഒരു പെണ്ണിന്റെ ചൂടൻ ഉടൽ. അവൾക്കു ശ്വാസം കിട്ടിയില്ല. അവൾ സംശയത്തോടെ കഴുത്തിൽ തപ്പിനോക്കി. മുറിച്ചു വെച്ച ഒരു കയറിൻ കുടുക്കിൽ അവളുടെ കൈ തടഞ്ഞു. അവൾ അത് പറിച്ചെടുത്ത് എറിയാൻ ശ്രമിച്ചുനോക്കി. പരാജയപ്പെട്ടു. അവൾ ശ്വാസം നഷ്ടപ്പെട്ട്, ഇരുളിലേക്കു മുഴപ്പിച്ച കണ്ണുകളോടെ, അഴുകാനായി കാത്തു കിടക്കുമ്പോൾ അയാൾ അവൾക്കുമേലെ തീജ്വാലയായി കത്തിയമരു കയായിരുന്നു.

പക്ഷികളുടെ നഗരം

ഒന്ന് – പക്ഷിപ്പേടിയുടെ കാലം

ഒരിക്കൽ എനിക്കു പക്ഷികളെ ഭയമായിരുന്നു. എന്റെ ലോഡ്ജു മുറിയുടെ താഴെയാണ് നഗരത്തിലെ മുന്തിയ റസ്റ്റോറന്റ്. സായന്തനങ്ങ ളിൽ നഗരമൊന്നാകെ അവിടേയ്ക്കൊതുങ്ങിക്കൂടും. ഉച്ചമുതൽ പലതര ത്തിലുള്ള മാംസം വേവുന്നതിന്റെ മണം എന്റെ മുറിയിൽ നിറയാൻ തുടങ്ങും. അതായിരുന്നു പേടിക്കാലം.

റസ്റ്റോറന്റിന്റെ പുറകിലെ വിശാലമായ മൈതാനത്ത് നാല്ക്കാലി കളുടെ പിടച്ചിൽ കേട്ടാണ് ഓരോ പ്രഭാതത്തിലും ഞാനുണരുന്നത്. വലിയ കൂടംകൊണ്ടുള്ള അടിയേറ്റ് മസ്തകം പൊളിഞ്ഞു വിറച്ചുവീഴുന്ന നാല്ക്കാലികൾ എന്നും എന്റെ പ്രഭാതക്കണിയായിരുന്നു. കാഴ്ച ഒരി ക്കലും വ്യത്യസ്തമല്ലെന്നറിയാമായിട്ടും മനുഷ്യസഹജമായ ഒരുൾപ്രേ രണയോടെ ഞാൻ ആ കാഴ്ചകൾക്കായി ജനാലക്കൊളുത്തുകൾ നീക്കും. അപ്പോഴൊക്കെ ബലിമൃഗത്തിന്റെ നിശ്ശേതനമാകുന്ന പളുങ്കു കണ്ണുകൾ എന്നെ നോക്കുന്നതറിഞ്ഞിട്ടുണ്ട്. അവ എന്നോട് പലപ്പോഴും നിശ്ശബ്ദമായി പറഞ്ഞിട്ടുണ്ട്. പാപം കണ്ടുനിന്നാലും നലകവിധിതന്നെ. മാംസഖണ്ഡങ്ങൾ വാർന്നെടുക്കുന്നതു കാണാനാവാതെ ഞാൻ ജനൽപ്പാളികൾ അടച്ചുകളയും. പിന്നെ തുറക്കുന്നത് ഉച്ചനേരത്താണ്. അപ്പോഴേക്കും മൈതാനം ആളൊഴിഞ്ഞ ഉത്സവപ്പറമ്പുപോലെയാകും. അവിടുത്തെ കമ്പോസ്റ്റുകുഴിയിൽ കാക്കകളും പരുന്തുകളും മത്സരിക്കും. എനിക്കറിയാം. ഏറെ വലിപ്പമുള്ള ഒരു പരുന്ത് അതിന്റെ പക്ഷങ്ങൾ നീർത്തിപ്പിടിച്ചുകൊണ്ട് ശരവേഗത്തിലെത്തുമ്പോൾ കാക്കകൾ വേഗം പറന്നുപോകും. മറ്റു പരുന്തുകൾ അടുത്തുകാണായ ആൽവൃക്ഷത്തിന്റെ ശിഖരങ്ങളിൽ പറന്നുപറ്റും. ആ വലിയ പരുന്ത് ആവശ്യത്തിലധികം ഭക്ഷി

ച്ചിട്ട് കുഴിക്കുചുറ്റും മൂന്നാലു വലംവച്ചു പറന്ന്, എന്റെ തുറന്നിട്ട ജനാല യ്ക്കുനേരേ ശരവേഗത്തിൽ –ഹൊ. ഞാനപ്പോൾ ആ ജനാല വലിച്ചടച്ചു കളയും. ഈ സംഭവം ആവർത്തിക്കാൻ തുടങ്ങിയപ്പോൾ ഞാൻ ആ ജനാല തുറക്കാതായി. ഞാനങ്ങനെ ഒരു പക്ഷിപ്പേടിക്കാരനായി.

രണ്ട് – ഭയംമാറ്റുന്ന പരീക്ഷണങ്ങൾ

നഗരസൗഭാഗ്യങ്ങളുടെ ആ വൃത്തിഹീനമായ മൈതാനവും ഉപേ ക്ഷിക്കപ്പെട്ടതോടെ ഞാൻ എന്നിൽനിന്നുതന്നെ ഒറ്റപ്പെടുകയായിരുന്നു. ഒരിക്കൽ ഉണ്ടാവുകയും എല്ലാറ്റിനും മീതെ ശക്തമായി, ഭയനാകമായി വർത്തിക്കുകയും ചെയ്തവയൊന്നും ഇല്ലാതാകാൻ പോകുന്നില്ല എന്നു ഞാൻ ഉറച്ചുവിശ്വസിച്ചു. അതുകൊണ്ട് ആ ജനാല തുറക്കാനേ പോയില്ല. എന്റെ സ്നേഹിതൻ മനോഹരദാസ് എന്നെ ഏറെ കളിയാക്കി. അവൻ എന്റെ മുറിയിൽ മദ്യക്കുപ്പികൾ നിരത്തുകയും സിഗററ്റുപുകച്ചുരുളുകൾ ഞങ്ങളുടെ തലകൾക്കിടയിൽ നേർത്ത മൂടൽമഞ്ഞായി മയങ്ങിക്കിടക്കു കയും ചെയ്തപ്പോൾ അവന്റെ നിർദ്ദേശം അനുസരിക്കാനേ എനിക്കു കഴിഞ്ഞുള്ളു. ഞാൻ ജനാല തുറന്നു. അവൻ മദ്യലഹരിയിൽ പുറ ത്തേക്കു കൈചൂണ്ടി എന്റെ പരുന്തുകൾ എവിടെന്നു ചോദിച്ചു ചിരിച്ചു ചിരിച്ച് ഉറങ്ങിവീണു. അപ്പോഴുണ്ട് ആ കമ്പോസ്റ്റ്കുഴിയിൽനിന്നും ഉയിർത്തെഴുന്നേറ്റ ഒരുപറ്റം പരുന്തുകൾ, നിറയെ തളിരുകൾ ചൂടിയ ആൽമരം ചുറ്റി എന്റെ ജനാൽപ്പാളികൾ നോക്കി അതിവേഗം പറന്ന ടുത്തു. ജനൽപ്പാളികൾ ചാരാൻ ഞാൻ അശക്തനായിരുന്നു.

ഭയത്തിന്റെ പാരമ്യത്തിൽ ഞാൻ വർഗ്ഗീസ് വെടിക്കാരനെ സ്മരിച്ചു. എന്റെ ബാല്യത്തിലെ പാടവരമ്പുകളിലൂടെ നീളൻതോക്കും തോൽസ ഞ്ചിയുമായി അയാൾക്ക് ഒരപഥസഞ്ചാരമുണ്ട്. വെടിയൊച്ചയിൽ ഞെട്ടി യുണരുന്ന ഞങ്ങളുടെ ഉച്ചമയക്കങ്ങൾ. ഭയന്നിട്ടെങ്കിലും വർഗ്ഗീസ് വെടി ക്കാരനെ കാണാൻ പാടത്തേക്കോടുന്ന കുട്ടികളെ നോക്കിനില്ക്കുന്ന എന്നെ അമ്മ ശാസിച്ചു: നീ പോകണ്ടാ. അസത്തുക്കളാണ്. പാപം കണ്ടു നിന്നാലും നരകവിധിതന്നെ.

മദ്യലഹരിയിൽനിന്നും എപ്പോഴോ ഉണർന്ന എന്റെ സ്നേഹിതൻ തുറന്നുകിടന്ന ജനൽപ്പാളിയും പുറകിലെ മൈതാനവും ചൂണ്ടിക്കാണിച്ചു: ഭയം ആ കമ്പോസ്റ്റുകുഴിയിലല്ല ഉണ്ടാകുന്നത്, ധർമ്മാധർമ്മബോധമാണ് നിന്നെ കുഴക്കുന്നത്. അവൻ പറഞ്ഞതു ശരിയായിരുന്നു. ക്രൂരമായി കൊല്ലുന്നവർ റസ്റ്റോറന്റിന്റെ മൈതാനത്തു കളിചിരികളുമായി എല്ലുക ളിൽനിന്നു മാംസം വാർന്നെടുക്കുകയും മുഖത്തുപറ്റിയ രക്തക്കറകൾ ഉടുമുണ്ടിന്റെ കോന്തലകൊണ്ടു തുടയ്ക്കുകയും ചെയ്യുന്നതു ഞാൻ കണ്ടു. ഒന്നും ചെയ്യാത്ത ഞാനോ ഭീരുവായി കണ്ണും മനസ്സും പൂട്ടിക്കഴി യുന്നു.

മനോഹരദാസ് എന്നെ ഉപദേശിച്ചു: "നീ ആ പരുന്തുകളെ സ്നേ ഹിച്ചു തുടങ്ങൂ. ഭയം മാറ്റാൻ അതാ നല്ലത്."

ഞാൻ ക്രമേണ ആ പരുന്തുകളെ ഇഷ്ടപ്പെട്ടു. പരുന്തുകൾ മാത്ര മല്ല എല്ലാ പക്ഷികളും എനിക്ക് പ്രിയപ്പെട്ടവയായി. ഞാൻ പക്ഷികളെ വർഗ്ഗീകരിച്ചു പഠിച്ചു. അവയുടെ ചിത്രങ്ങൾ ശേഖരിച്ചു. ഒറ്റയ്ക്കായപ്പോ ഴൊക്കെ ഞാൻ എന്നെ രഹസ്യമായി വിളിച്ചു: "ഓർണിത്തോളജിസ്റ്റേ..."

ജില്ലയിലെ എല്ലാ പക്ഷിസ്നേഹികളുടെയും സ്വന്തം സംഘടനയു ണ്ടായി. ഞങ്ങൾ പക്ഷിദിനം ആചരിക്കാൻ തീരുമാനിച്ചു. വലിയ ഫ്ലക്സ് ബോർഡുകളിൽ പ്രകൃതിസ്നേഹത്തിന്റെ വാഗ്ധോരണികൾ നിറഞ്ഞു. എവിടെയും വിവിധതരം പക്ഷിചിത്രങ്ങളുടെ കട്ടൗട്ടുകൾ. ഗാന്ധിജം ഗ്ഷൻ മുതൽ കലക്ട്രേറ്റുവരെ പക്ഷിത്തൂവലുകൾ ചാർത്താൻ ഞങ്ങ തീരുമാനിച്ചു. കലക്ട്രേറ്റു പടിക്കൽ കൂട്ടഉപവാസം. പക്ഷികൾക്കുവേണ്ടി പക്ഷിസ്നേഹികളാൽ ആചരിക്കപ്പെടണം പക്ഷികളുടെ സ്വന്തം ദിനം. പക്ഷെ, പ്രശ്നമുണ്ട്. അത്രയും ദൂരം തൂക്കിയിടാൻ പക്ഷിത്തൂവലുകൾ എവിടെ കിട്ടും? ഞങ്ങൾ ചേരിതിരിഞ്ഞും കൂട്ടായും ചിന്തിച്ചു.

പക്ഷിത്തൂവലുകൾ
പക്ഷിത്തൂവലുകൾ
പക്ഷിത്തൂവലുകൾ

മൂന്ന് – പക്ഷികളുടേത് ഭാഗ്യജന്മമാണ്

ചിന്തകളുടെ പരിസമാപ്തിയിൽ ഞങ്ങൾ പരിഹാരം കണ്ടെത്തി. വർഗ്ഗീസ് വെടിക്കാരനെ കാണുക. എന്റെ സംഘാംഗങ്ങൾ അങ്ങനെ യൊരാളെക്കുറിച്ചു കേട്ടിട്ടേയില്ല. അഭിമാനത്തോടെ തല ഉയർത്തിപ്പിടി ച്ചുകൊണ്ട് ഞാൻ അവർക്കു വഴികാട്ടിയായി. വെടിയേറ്റുവീണ മുണ്ടി യെയോ പ്രാവിനെയോ കൈയിലെടുത്ത് തോളിൽ ഒറ്റക്കുഴൽ തോക്കും വെടിത്തിരയുടെ തോൽസഞ്ചിയുമായി നടന്നകലുന്ന ആ രൂപം ഞാന വർക്കു വിശദീകരിച്ചുകൊടുത്തു. എന്റെ സ്വപ്നത്തിൽനിന്നുപോലും പാടം നഷ്ടമായിരുന്നു. അതുകൊണ്ട് പാടവരമ്പിനെക്കുറിച്ചു പറയാതി രിക്കാൻ ഞാൻ ഏറെ ശ്രദ്ധിച്ചു.

പടുകുറ്റൻ ബംഗ്ലാവിനു മുമ്പിൽ ഞങ്ങളുടെ വണ്ടി നിന്നു. സെക്യൂ രിറ്റിക്കാരൻ മീശ പിരിച്ചു:

"ആരെ കാണണം?"

"ഞങ്ങൾക്ക് വർഗ്ഗീസ് വെടിക്കാരനെ കാണണം."

"സോറി. അദ്ദേഹം ഇടപാടുകൾ നിർത്തിക്കഴിഞ്ഞു. ഇപ്പോൾ മക നാണെല്ലാം"

"മതി. ഞങ്ങൾക്കതു മതി."

തുറക്കപ്പെട്ട ഗേറ്റിലൂടെ ഞങ്ങൾ ആറു പക്ഷിസ്നേഹികൾ അക ത്തുകടന്നു. കൊച്ചുമുതലാളിയുടെ ചേമ്പറിൽ ഞങ്ങൾ തണുത്തുവി റച്ചു. കൊച്ചുമുതലാളി മുരടനക്കി. ഞങ്ങൾക്കു തുടക്കം കിട്ടിയില്ല. മന സ്സറിഞ്ഞവൻ കൊച്ചുമുതലാളി.

"എന്നാണ്? എവിടെയാണ്? എന്തുതരും?"

ഞങ്ങൾ പക്ഷിസ്നേഹികൾ പരസ്പരം നോക്കി. (എന്തിന്റെ കാര്യ
മാണ് ഈ മുതലാളി പറയുന്നത്?)

ഞാൻ ആവശ്യം അവതരിപ്പിച്ചു:

"അതേയ്, പക്ഷിദിനത്തിൽ ഗാന്ധിമുക്കു മുതൽ കലക്ട്രേറ്റുവരെ
തൂക്കിയിടാൻ നല്ല ചുള്ളൻപക്ഷികളുടെ ചിറകുകൾ വേണം. പണ
മൊരു പ്രശ്നമല്ല. ഞങ്ങൾ പക്ഷികളെ അത്രമാത്രം സ്നേഹിക്കുന്നു.
ഇവിടാണെങ്കിൽ പാരമ്പര്യമായി..."

കൊച്ചുമുതലാളി അലറി:

"എണീക്കെടാ എല്ലാവരും..."

വേഗം ഗേറ്റുകടക്കുമ്പോൾ സെക്യൂരിറ്റിക്കാരൻ ചോദിച്ചു:

"എന്തേ, കൊട്ടേഷൻ ഉറപ്പിച്ചില്ലേ?"

ഞങ്ങൾ നടുങ്ങി.

"അപ്പോൾ വെടിക്കാരന്മാർ പക്ഷിവേട്ട നിർത്തിയോ?"

സെക്യൂരിറ്റിക്കാരൻ ഷൂസിന്റെ കെട്ടുമുറുക്കിക്കൊണ്ടു പിറുപിറുത്തു:

"ഇവിടെ ഒറിജിനൽ മനുഷ്യന്റെ കാര്യങ്ങൾ കിടക്കുമ്പോഴാ വെറും
പക്ഷിപിടുത്തം!"

അതേയതേ, പക്ഷികളുടേതു ഭാഗ്യജന്മമാണ്.

വെട്ടുമീൻ

കച്ചേരിചന്തയിൽ പതിവിലധികം മീൻലോറികൾ വന്നു. നല്ല മുഴു മുഴുത്ത ഉടലും ഉണ്ടക്കണ്ണുകളുമായി പേറിയാത്ത വിദേശിമീനുകൾ വീഞ്ഞപ്പലകകളുടെ തട്ടുകളിൽ നിരന്നുകിടന്നു. മീൻ മുതലാളിമാർ അന്നേരമന്നേരം വായിൽ തോന്നുന്ന അലങ്കാരപ്പേരുകൾ വിളിച്ചുപറഞ്ഞു കൊണ്ടിരുന്നു. മീൻക്ലാച്ചിലും വെട്ടുമീനിന്റെ ചോരയും കുഴഞ്ഞുകിടന്ന പുതമണ്ണിലൂടെ പുരുഷാരം കൊതിവിഴുങ്ങിക്കൊണ്ട് ഇടറിയിടറി കടന്നു പോയി. മീൻസ്വപ്നങ്ങളുടെ ആൾക്കൂട്ടം ശശാങ്കൻ സാറിനെ ഞെക്കി ഞെരുക്കി പുറത്താക്കി. മുഷിപ്പുമണത്തിൽ നിന്നും രക്ഷപ്പെട്ട ശശാങ്കൻ സാർ അപ്പോഴാണ് കൈയിൽ ചുരുട്ടിപ്പിടിച്ചിരുന്ന പോളിത്തീൻ കവറിന്റെ കാര്യമോർത്തത്. അയാൾക്ക് ചൂടമീനായിരുന്നു വേണ്ടിയിരുന്നത്. അത് എവിടെയും കണ്ടില്ല. ചൂടയും മത്തിയുമൊക്കെ എങ്ങോപോയ് മറിഞ്ഞു.

തട്ടുകളിൽ ചോരയൊലിപ്പിച്ചുകിടന്ന കഷണങ്ങളെക്കുറിച്ചുള്ള ചിന്ത ശശാങ്കൻ സാറിനെ ചെടിപ്പിച്ചു. എന്നിട്ടും ആൾക്കൂട്ടത്തിന്റെ ആർത്തിപ്പിടിച്ച ഇരമ്പത്തിലേക്ക് നൂന്നുകയറി ഒരുകിലോ 'തയ്യാൻ മൊഞ്ചത്തി'വാങ്ങി അയാൾ വീട്ടിലേക്കു പാഞ്ഞു.

ദൂരെവച്ചുതന്നെ തിളങ്ങുന്ന നീലവെളിച്ചം അയാൾക്കുകാണായി. വെള്ളിവെയിലിൽ വെട്ടിത്തിളങ്ങുന്ന 'നീലിമ' 'നീലിമ' അയാളുടെ വീടാ ണ്. വീടിന് അങ്ങനെയൊരു പേരിട്ടത് തങ്കമ്മസാറാണ്. ഭാഗ്യവശാൽ തങ്കമ്മസാർ അയാളുടെ ഭാര്യയാണ്. വീടിന്റെ പിന്നാമ്പുറത്തുചെന്ന് ശശാങ്കൻസാർ പുഞ്ചിരി പിടിപ്പിച്ച മുഖത്തോടെ വിളിച്ചു 'തങ്കമ്മസാറേ.'

പാതിതുറന്ന പിൻവാതിലിലൂടെ ഒരു ചരിഞ്ഞുനോട്ടം, ഇടം ചെവി യോടു ചേർത്തമർത്തിയ വയർലെസ്ഫോണിന്റെ ഏരിയൽ, പിന്നെ എന്തോ ഗൗരവമുള്ള ഫയലിൽ ഒപ്പിടുമ്പോഴുള്ള ഭയം വലിച്ചുകണ്ടത് അത്രയും മാത്രം.

"എന്താപറ്റീത് തങ്കമ്മസ്സാറേ?"
"ശ്-"

തങ്കമ്മസാർ മിണ്ടരുതെന്ന് ആംഗ്യം കാണിച്ചു. കുറെനേരംകൂടി ആ വയർലെസ് ഫോൺ അവരെ പേടിപ്പിച്ചിട്ടു മിണ്ടാതായി. അവർ മൂക്കിൻ തുമ്പത്തെ വിയർപ്പുമണികൾ തുടച്ചുകളഞ്ഞു.

"ശശാങ്കൻ സാർ ഞാൻ പറയാതെ വെളിയിലിറങ്ങരുത്."

മീൻകൈമാറിയിട്ട് ഒരു നിഷേധിയെപ്പോലെ പരിഹാസച്ചിരിയോടെ അയാൾ മുറ്റത്തിറങ്ങി ചെടികൾക്കിടയിലൂടെ നടന്നു. ഒറ്റക്കെയനായ ഒരു ഭിക്ഷക്കാരൻ ഗേറ്റിൽ അക്ഷമയോടെ തട്ടി. ശശാങ്കൻസാറിന്റെ ചിരി മാഞ്ഞു. "ഗേറ്റടിച്ചു തകർക്കാതെ. ദാ വരുന്നു"

കീശയിൽ നിന്നും അഞ്ചുരൂപാത്തുട്ടെടുത്തുനീട്ടിക്കൊണ്ട് അയാൾ ഗേറ്റിങ്കലേക്കു ചെന്നു യാചകൻ കൈ നീട്ടിയില്ല. അയാളും ഗൗരവ ത്തോടെ ശശാങ്കൻസാറിനെ നോക്കി.

"സാറേ, ധർമ്മക്കാരനല്ല. വേണമെങ്കിൽ പത്തോപതിനായിരമോ അങ്ങോട്ടു തരാം. സാറിന്റെ രക്ഷക്കു വന്നതാണ്."

അയാൾ കൂടുതൽ ഗൗരവത്തോടെ പറയാൻ തുടങ്ങി. ശശാങ്കൻ സാറിനെ കൊല്ലാൻ രാമഭദ്രന്റെ മകൻ ഏർപ്പെടുത്തിയ ഒരുസംഘം പുറ പ്പെട്ടിട്ടുണ്ട്. രക്ഷക്കായി എത്തിയതാണ് ഒറ്റക്കെയാൾ ഗോവിന്ദൻ.

"സാറുപേടിയ്ക്കേണ്ടാ ഞാൻ ഇവിടെയൊക്കെ തെണ്ടിത്തിരിഞ്ഞു നടന്നോളാം. വിവരങ്ങൾ അപ്പപ്പോൾ ഫോണിലൂടെ അറിയിച്ചോളാം."

ശശാങ്കൻസാർ ആകെകൂടി ചെയ്യേണ്ടത് വീട്ടിനുള്ളിൽ കയറി ഇരുണ്ട മൂലയിൽ എവിടെയെങ്കിലും സുഖമായി ഉറങ്ങിക്കിടക്കുക എന്നതു മാത്രമായിരുന്നു.

"അമ്മാ, ധർമ്മന്തരണേ"

ആ സുരക്ഷാഭടൻ ഇല്ലാത്ത കൈവീശിക്കാട്ടി വഴിയാത്രക്കാരെ വിളി ച്ചുകൊണ്ടു നടന്നു. സംശയിച്ചുനിന്ന ശശാങ്കൻ സാറിനോട് 'വെക്കം അകത്തുകടന്നോ' എന്നൊരുതാക്കീതും നൽകിയിട്ട് അയാൾ മൊബൈൽ ഫോണിലൂടെ ഒരു ചിരി മുഴക്കി. ആ ധർമ്മക്കാരൻ ശശാ ങ്കൻസാറിന്റെ തനിസ്വഭാവം അറിയാൻവയ്യെന്നു തോന്നുന്നു.

ഡിപ്പാർട്ടുമെന്റിൽ എത്രപേരെ വരച്ചവരയിൽ നിർത്തിയിരിക്കുന്നു. രാമഭദ്രൻ അവരിൽ ഒടുവിലത്തെ ആൾ. സസ്പെൻഷനുശേഷം അയാൾക്കെതിരെയുള്ള അന്വേഷണങ്ങളും തെളിവുശേഖരിക്കലും തുട ങ്ങിയപ്പോഴേക്കും അയാൾ ആത്മഹത്യചെയ്തു. മിക്കപ്രഭാതങ്ങളിലും ഓഫീസിലെ അന്തരീക്ഷം പാഴാക്കി കളയാനായിരുന്നു രാമഭദ്രൻ അവി ടേയ്ക്കെത്തിയിരുന്നത്. വഴക്കാളികളുടെ ഒരു ചന്തസ്ഥലമായി മാത്രമേ ആർക്കും ആ സ്ഥാപനം തോന്നുമായിരുന്നുള്ളൂ. നൂറുകണക്കിനാളു കൾ വന്നും പോയുമിരുന്ന അവിടെ അയാൾ പരത്തിവിട്ട മദ്യത്തിന്റെ ഗന്ധം മുറ്റിനിന്നിരുന്നു. ഉപദേശങ്ങൾ വഴിതെറ്റി എങ്ങോ പോകുമായി രുന്നു. ജീർണ്ണിച്ചുനാറുന്ന വാക്കുകളുടെ കൂടുപൊട്ടിയൊലിക്കുന്ന അന്ത

രീക്ഷമായിരുന്നു ഓരോരുത്തരെയും സ്വാഗതം ചെയ്തിരുന്നത്.

സ്വയം കൊല്ലും മുമ്പ് രാമഭദ്രൻ ഒരിക്കൽ ഓഫീസിലെത്തി. സസ് പെൻഷനിലായ ഒരുവൻ ഓഫീസിൽ യഥേഷ്ടം കയറിയിറങ്ങുന്നത് കേസിന്റെ നടത്തിപ്പിനെ സ്വാധീനിക്കില്ലേ എന്നു ശശാങ്കൻസാർ ചോദി ച്ചുപോയി. "ശശാങ്കൻസാറേ, തന്റെ നാളുകൾ എണ്ണപ്പെട്ടുകഴിഞ്ഞു. ഈ രാമഭദ്രനാ പറയുന്നത് ഏഴുപേരുടെ തലയറുത്തവനാ എന്റെ മോൻ, അവൻ ഇതിനു മറുപടി പറയും."

വർഷം ഒന്നര കഴിഞ്ഞിട്ടും രാമഭദ്രന്റെ അലർച്ച സജീവമായി ഇപ്പോഴും ഓഫീസ് അന്തരീക്ഷത്തിൽ തലങ്ങും വിലങ്ങും പ്രതിധ്വനി ക്കുന്നുണ്ടെന്ന് സഹപ്രവർത്തകർ ശശാങ്കൻസാറിനെ ഇടയ്ക്കിടെ ഓർമ്മി പ്പിക്കാറുണ്ട്. ശശാങ്കൻസാർ അതൊന്നും ചെവിക്കൊണ്ടില്ല. എങ്കിലും ഒറ്റയ്ക്കാവുന്ന ചിലനേരങ്ങളുടെ ആജ്ഞാശക്തി അയാളുടെ ഞരമ്പു കളിൽ ഭയം നിറച്ചുകൊണ്ടിരുന്നു. തലയറുക്കപ്പെട്ട മനുഷ്യരുടെ അവസ്ഥ ഏതോ അന്തരീക്ഷത്തിൽ നിന്നും അയാളുടെ ഏകാന്തതക ളിലേക്കു വീണു പിടയുമായിരുന്നു.

"പഴം, പച്ചക്കറി വേണോ"

ഒരു പ്രത്യേകതാളത്തിലുള്ള ആ വിളി കേട്ടാണ് ശശാങ്കൻസാർ ചാമ്പക്കാപെറുക്കുന്നതു നിർത്തി എഴുന്നേറ്റുനിന്നത്. വൃത്തികെട്ട ഒരു ഉന്തുവണ്ടിയിൽ കീറച്ചാക്കുകൾ വിരിച്ചിട്ട് അതിൽ പച്ചക്കറികളും പഴ വുമായി പതുക്കെപ്പതുക്കെ നീങ്ങുന്ന ഒരാൾ ശശാങ്കൻ സാറിനെ കൈയാട്ടി വിളിച്ചു.

"സാറേ, വന്നാട്ടെ, മാങ്ങാ അരക്കിലോ മുപ്പതുരൂപാ."

ശശാങ്കൻസാർ, ഒന്നും ശ്രദ്ധിക്കാത്തമട്ടിൽ പാറപോലെ ഉറച്ചുനിന്നു. "പക്ഷേ, ശശാങ്കൻസാറേ, നമ്മളെ ഒന്നു പരിഗണിച്ചേ, നല്ല പഴ, പച്ച ക്കറി, മാങ്ങാ."

പാറപോലെ ഏറെനേരം നില്ക്കാനാവില്ല. അയാൾ ഗേറ്റു തുറന്നു. ഉന്തുവണ്ടിയുടെ സമീപം ചെന്നു. അപ്പോൾ പച്ചക്കറി മുതലാളി അയാൾക്കു ചേരാത്തമട്ടിൽ സംസാരിച്ചു.

'ശശാങ്കോ, ഗോവിന്ദൻ പറഞ്ഞതു കേൾക്കാത്തതെന്ത്? പോയി പേരേടെ മൂലയ്ക്കു പമ്മിയിരിക്കാനല്ലേ പറഞ്ഞത്?'

ചെന്നവേശത്തിൽത്തന്നെ തിരിച്ചുപോരുമ്പോൾ ശശാങ്കൻസാ റിൻ്റെ പുറകിൽ അടഞ്ഞഗേറ്റിലേക്കു വീണ്ടും വിളി.

"ശശാങ്കേ, ദേ, നോക്കിയാട്ടേ പച്ചക്കറി ഒരുമറയാ. ചത്തുപോയ രാമഭദ്രന്റെ ചെറുക്കനും കൂട്ടരുംകൂടി തന്നെ കഷണിക്കാൻ വരുന്നുണ്ട്. രക്ഷിക്കാനുള്ള കൊട്ടേഷനാ ഞങ്ങൾ.

പച്ചക്കറിക്കുതാഴെ അടുക്കിവെച്ച പലതരത്തിലുള്ള കത്തികൾ കണ്ട് ശശാങ്കൻസാർ വീട്ടിനുള്ളിലേക്കു വേഗം കയറിപ്പോയി. മുറിയിൽ അട ഞ്ഞുകിടന്ന ജനൽച്ചില്ലുകൾക്കു മീതെ കർട്ടൻ വലിച്ചിട്ടു. വാതിൽ അക ത്തുനിന്നും പൂട്ടി. സ്വന്തം രക്തചംക്രമണം ആ മുറിയിലെ മുഴക്കങ്ങ

ളായി അയാളറിഞ്ഞു. ഉഷ്ണം പെയ്യുന്ന സീലിംഗ് ഫാൻ അതിന്റെ ഇര മ്പുന്ന ശബ്ദത്തിൽ 'ശശാങ്കാ, ശശാങ്കാ' എന്നു പരിഹസിച്ചുകൊണ്ടിരുന്നു.

അടച്ചിട്ട ആ മുറിയിൽ സ്ഥലകാലങ്ങൾ അടിപ്പേറായി നിറഞ്ഞുകി ടന്നു. അറുത്തുകൂട്ടിയ മാംസക്കഷണങ്ങൾ അവിടേക്ക് തലങ്ങും വിലങ്ങും വന്നുവീഴുന്നതിന്റെ പതുപതുപ്പൻ ശബ്ദം അയാൾ കേട്ടു. ഏതു നേരവും രാമഭദ്രന്റെ മകനും കൂട്ടരും ആക്രോശങ്ങളോടെ അവിടേക്കു വന്നു നിറയുമെന്ന് അയാൾ വിശ്വസിക്കാൻ തുടങ്ങി. അയാൾ പൂട്ടിയ കതക് വീണ്ടും വീണ്ടും പരിശോധിച്ചു. ഒറ്റക്കെയൻ ഗോവിന്ദനും പച്ച ക്കറിമുതലാളിയും ശ്രദ്ധയോടെ കാവലുണ്ടാകുമെന്ന് അയാൾ സ്വയം പിറുപിറുത്തു. അങ്ങനെയിരിക്കെ നേരത്ത് വാതിലിൽ ശക്തമായി മുട്ടു ന്നതു കേട്ടു. വീഞ്ഞപ്പലകകളുടെ തട്ടിന്മേൽ സ്വയം തയ്യാൽ പേരുള്ള ഒരു തടിമീനായി അറുക്കപ്പെട്ട കഷണങ്ങളായി കിടക്കേണ്ടിവരുന്ന നിമി ഷങ്ങൾ അയാളിൽ ചുണ്ടൽ കൊളുത്തുകളുടെ ചുംബനങ്ങളുതിർത്തു.

"കതകുതുറക്ക് ഉറങ്ങിയോ സാറേ"

തങ്കമ്മസാറിന്റെ വിളികേട്ട് അയാളുടെ ഭയം അല്പംകുറഞ്ഞു. വാതിൽ തഴുതു തുറക്കുന്നതെങ്ങനെയെന്ന് അയാൾ ഏറെ നേരം ആലോ ചിച്ചുനിന്നു. ഏതാനും നിമിഷത്തെ ശക്തമായ നാഡീസ്പന്ദനങ്ങൾക്കു ശേഷം ഉള്ളിലെ ഉഷ്ണവാതം ഒന്നുകെട്ടടങ്ങി. അയാൾ എങ്ങനെയോ തങ്കമ്മസാറിനെ വിളിച്ചുകൊണ്ടുകതകു തുറന്നു. അയാളെ കാത്തുനി ന്നത് തങ്കമ്മസാർ മാത്രമായിരുന്നില്ല. ഉരുക്കിന്റെ പേശികളുള്ള മൂന്നു ചെറുപ്പക്കാരും അവിടെ ഉണ്ടായിരുന്നു.

"എവർ, ആരാഥങ്ങമ്മാ ബോംബെക്കാരനോ?"

തങ്കമ്മസാർ ഭയത്തെ മയപ്പെടുത്തിയെടുത്തു. "പേടിക്കേണ്ടാ സാറേ, എന്തുവില കൊടുത്തും നിങ്ങളുടെ ജീവൻ രക്ഷിക്കാനുള്ളവ രാ. ഒരു കൊലയാളിക്ക് ഇത്രേം പേടിയോ."

"അയ്യോ, ഞാനാരേം കൊന്നിട്ടില്ല"

ഇക്കാലമത്രയും ഗുണ്ടകളുടെ രൂപഭാവങ്ങളെക്കുറിച്ച് അയാൾക്കു ണ്ടായിരുന്ന ധാരണകളെല്ലാം ഈ നിമിഷം പൊഴിഞ്ഞുവീണു. ആ ചെറു പ്പക്കാർ തങ്കളിപ്പഴത്തിന്റെ നിറവും സൗമ്യമായ നോട്ടവും ഉള്ളവരായി രുന്നു. ഇരുകണ്ണുകളിലേക്കും ചുണ്ടിനില്ക്കുന്ന പിരിയൻ മീശയല്ല. തല യിൽ റൗഡിക്കെട്ടും കഴുത്തിൽ പുലിനഖവും ചുവന്ന കണ്ണുകളും ഇല്ല.

"നിക്കു നിക്ക് തങ്കമ്മേ എനിക്ക് എന്നെ വിശ്വസിക്കാമോ എന്ന് എന്നോടൊന്നു ചോദിക്കട്ടെ."

അത്രയുമായിരുന്നു അയാളിൽനിന്നു പൊട്ടിവീണ ആശയങ്ങളുടെ വാഗ്രൂപം.

"തങ്കമ്മസാറിന്റെ സാറേ, അടിവരുന്നത് എവിടുന്നൊക്കെയാണെ ന്നറിയണം. പലവഴിക്കൂടെ അടിവരാം."

ശശാങ്കൻ സർ അതുപറഞ്ഞ ബുദ്ധിമാനായ ചെറുപ്പക്കാരന്റെ കണ്ണിൽ വിശ്വാസത്തോടെ നോക്കി. ചെറുപ്പക്കാരൻ ഒരു മൃദുഹാസ

ത്തോടെ സാറിന്റെ തോളിൽ തട്ടി.

"ഉച്ചകഴിഞ്ഞ്, സാർ എന്തെങ്കിലും കഴിക്കൂ. ഞങ്ങളില്ലേ ഇവിടെ."

തീൻമേശയിൽ ഇഷ്ടഭോജ്യം. എന്നിട്ടും അയാൾക്ക് ഭക്ഷണത്തോടു മടുപ്പുതോന്നി.

"വേം കഴിച്ചാട്ടേ. കൊലയാളി ഇപ്പോ ഇങ്ങുവരും."

"അയ്യോ തങ്കമ്മ സാറേ, അതിന്റെ അർത്ഥമെന്താ?"

തങ്കമ്മസാറും ഗുണ്ടകളും ചിരിച്ചു. അവരിലൊരുവൻ ഒരു പേനാ ക്കത്തി വിടർത്തി വായുവിൽ വെട്ടി വെട്ടിക്കാണിച്ചു. "സാറുവേഗം തീറ്റ യെടുത്ത് മാളത്തിലൊളിക്ക്. ഞങ്ങൾക്കുപണി തരരുത്."

ഒരുകള്ളപ്പട്ടിയെപ്പോലെ അയാൾ എന്തൊക്കെയോ വലിച്ചുവാരി ത്തിന്നു. മീൻകറി അയാൾക്കു മുമ്പിൽ മറ്റൊരു ലോകമായി.

"അയ്യോ മീൻകറിവേണ്ടാ. അതു വെന്തിട്ടില്ല. ഇക്കാലത്ത് ഒന്നും വിശ്വസിച്ചൂടാ. മീൻ കഷണത്തിന്റെ കൂടെ മനുഷ്യമാംസവും ചേർക്കാ റുണ്ട്. എല്ലാം കച്ചവടമല്ല്യോ."

ഒരു ചോറ് ശശാങ്കൻസാറിന്റെ ശ്വാസനാളത്തിന്റെ താളംതെറ്റിച്ചു. ചുമയുടെ താളം തെറ്റലിനിടയിൽ ഒന്നരേടെ സൊസൈറ്റി ബസ് അവ രുടെ ഗേറ്റിനുമുമ്പിൽവന്നു നിന്നു. ഒറ്റക്കെയിൽ ഇറുകെപ്പിടിച്ച മൊബൈൽ ഫോണുമായി ഗോവിന്ദനും പഴം പച്ചക്കറി വില്പനക്കാ രനും വേഗം ഗേറ്റുലക്ഷ്യമാക്കി നീങ്ങി, ബസിൽ നിന്നും ഇറങ്ങിയ ചെറു പ്പക്കാരനും അവന്റെ അമ്മയെന്നു തോന്നിക്കുന്ന സ്ത്രീയും ഗേറ്റിനു മുമ്പിൽ സംശയിച്ചുനിന്നു. കൊളുത്തുനീക്കാൻ തുടങ്ങിയ അവരെ ഗോവി ന്ദൻ ഒറ്റക്കെയ്യാൽ തടഞ്ഞു. "ആരാ എവ്ടന്നാ."

എന്തോമറുപടി കേട്ടപ്പോഴേക്കും ഒറ്റക്കൈപ്പടം ഹൃദയാകാരത്തിൽ മടക്കിപ്പിടിച്ച് അതിലേക്ക് സർവ്വശക്തിയും ജപിച്ചു വരുത്തിയിട്ട് ഗോവി ന്ദൻ ആ ചെറുപ്പക്കാരന്റെ പുരികങ്ങൾക്കിടയ്ക്കുള്ള നേർരേഖയിൽ ഒറ്റ യിടികൊടുത്തു. വേച്ചു വേച്ചു പുറകോട്ടുവീണു. അലറിവിളിച്ച അമ്മ യുടെ വായിലേക്ക് പച്ചക്കറി വ്യാപാരി ഒരുചാക്കു കഷണം തള്ളിക്ക യറ്റി.

"പറയെടീ സംഘത്തിലെ ബാക്കിയുള്ളവർ എപ്പോഴെത്തും?"

വായിൽ കീറച്ചാക്കുമായി ആ സ്ത്രീ എന്തൊക്കെയോ ശബ്ദങ്ങൾ പുറപ്പെടുവിച്ചുകൊണ്ടിരുന്നു. വാതില്ക്കലേക്കു ചെന്ന ശശാങ്കൻസാറിനെ ഗുണ്ടകൾ പിടിച്ചു വലിച്ചു.

"ബാ. ഇവ്ടെവാ. കൊലയാളിസാറേ."

എന്നാൽ റോഡരികിൽ വീണ ചെറുപ്പക്കാരൻ എഴുന്നേറ്റ് 'അമ്മേ, അമ്മേ' എന്നു വിളിച്ചുകൊണ്ടു മുമ്പോട്ടോടി. പച്ചക്കറി വ്യാപാരി അയാ ളുടെ മുഖത്ത് 'ചുമ്മാ' അഞ്ചാറടികൂടികൊടുത്തിട്ട് ശശാങ്കൻസാറിന്റെ മുമ്പിലേക്കു വലിച്ചിഴച്ചു.

അയാളുടെ അമ്മയാകട്ടെ ഒറ്റക്കെയൻ ഗോവിന്ദന്റെ ചുമലിലേറി യായിരുന്നു അവിടേക്കു യാത്ര ചെയ്തത്. ഗോവിന്ദന്റെ ഒറ്റക്കെപ്പിടി

യിൽ നിന്നും കുതറിമുമ്പോട്ടാഞ്ഞ് സ്ത്രീ വായിലെ ചാക്കുകഷണം എടുത്തുകളഞ്ഞു.

"ശശാങ്കൻ സാർ ഞങ്ങടെദൈവമാ. സാറെ, ഈ ഗുണ്ടകളിൽ നിന്നും ഞങ്ങളെ രക്ഷിക്കണെ.."

ശശാങ്കൻസാർ വാ പൊളിച്ചിരുന്നുപോയി. ദൈവം ഒരിക്കലും അങ്ങനെ വായുംതുറന്നിരിക്കില്ലെന്നറിയാവുന്ന ഗുണ്ടകൾ കത്തി മടക്കി യാത്രയ്ക്കൊരുങ്ങി. തങ്കമ്മസാർ അലമാര തുറന്നു ചെക്കെടുത്ത് എഴുതി ഒപ്പിട്ടു കൊടുത്തു. അപ്രത്യക്ഷരാകും മുമ്പ് ഗുണ്ടകളിലൊരുവൻ കീശ യിൽ നിന്നും വിസിറ്റിംഗ് കാർഡ് ഒരെണ്ണമെടുത്തു തങ്കമ്മ സാറിനു കൊടു ത്തിട്ടു വായ്നിറയെ ചിരിച്ചു. 'സേവനം 24 മണിക്കൂറും വിളിക്കൂ ടോൾഫ്രീ–'

"ഇരുപത്തഞ്ചുവർഷം ഒരു സ്ത്രീയും എന്നെപ്പോലെ കരഞ്ഞിട്ടില്ല സാറേ."

സ്ത്രീ എളിക്കുത്തിൽനിന്നും ഒരു കവറെടുത്തുനീട്ടി. തങ്കമ്മസാർ അതുവാങ്ങി തുറന്നുവായിച്ചു.

"ഇതു ജോലിക്കുചേരാനുള്ള അറിയിപ്പല്ലേ."

ചെറുപ്പക്കാരൻ മൂക്കിൽ നിന്നും ഇറ്റുന്ന ചോരത്തുള്ളി തുടച്ചുകള ഞ്ഞു.

"എന്റെ അച്ഛനായിരുന്നു. കള്ളുകുടിയനായിരുന്നു. ഞങ്ങളെ പട്ടിണി കിടത്തി....എന്നാലും...."

തങ്കമ്മ സാർ ആശ്വസിപ്പിച്ചു.

"പോട്ടെ, എല്ലാം സഹിക്കൂ..."

അപ്പോഴാണ് അവന്റെ കണ്ണുകളിൽ തീയാളിയത്.

"എന്തോന്നു പോട്ടെന്ന്....?"

അവൻ ഉടുപ്പിലൊളിപ്പിച്ചുവച്ചിരുന്ന കത്തിയുമായി മുമ്പോട്ടാഞ്ഞതു മാത്രം തങ്കമ്മ സാർ അറിഞ്ഞു

ശശാങ്കൻ സാർ വെട്ടിമുറിച്ചുവച്ച വലിയ വലിയ മീനുടലുകളെക്കു റിച്ചു ചിന്തിക്കാൻ തുടങ്ങി.

റഷ്യൻ ട്രാജഡി

ഏതോ ഒരു റഷ്യൻ പഴഞ്ചൊല്ലുണ്ട്. പാനോത്സവങ്ങളിലെപ്പോഴും ഭദ്രൻ പ്രയോഗിക്കാറുള്ളത്. ഓർക്കാൻ ശ്രമിച്ചു. ഫലിച്ചില്ല. പക്ഷെ, മനു ഷ്യജീവിതത്തിന്റെ നിസ്സാരത മുഴുവനും ആ പഴഞ്ചൊല്ലിൽ അതിശയ കരമായി ഒട്ടിപ്പിടിച്ചിരിക്കുന്നു എന്നാണ് ഭദ്രൻ പ്രഖ്യാപിക്കാറുള്ളത്. അയാൾക്ക് അതുപോലെ ധാരാളം അറിവുകളുണ്ട്. ആളൊരു സമുദ്ര മാണ്. അറിവിന്റെ മഹാസമുദ്രം.

ഭദ്രൻ പറഞ്ഞുതന്ന അടയാളങ്ങളിലൂടെ ഞാൻ വീടുകണ്ടെത്തി. പടികടന്നുചെന്ന എന്നെ കണ്ടതും അവൻ ചാടി എഴുന്നേറ്റ് രണ്ടുകൈ കളും ഉയർത്തിപ്പിടിച്ച് സ്വാഗതമോതി. അത്രയും നേരം എന്നെ കാത്തി രിക്കുകയായിരുന്നു. "വരണം സാർ, ജീവിതത്തിൽ രണ്ടു സനാതനസ ത്യങ്ങളേയുള്ളൂ. മദ്യവും മിത്രവും. രണ്ടും ചേർന്നാലോ–"

അയാളുടെ പ്രബോധനം തുടങ്ങിക്കഴിഞ്ഞു. കുപ്പികളും മദ്യചഷ കങ്ങളും നിരന്നിരുന്നു. ചാരുകസേരയിൽ കൂനിക്കൂടിയിരുന്ന ഒരാൾ പെട്ടെന്ന് ഉൾവിളികിട്ടിയപോലെ എന്റെ നേർക്കു കൈ ചൂണ്ടി.

ഒന്നുംപറയാതെ അയാളങ്ങനെ

ഒന്നും മനസ്സിലാകാതെ ഞാനും

ചൂണ്ടിയ വിരൽ മാറ്റാതെ അയാൾ എന്റെ കണ്ണുകളിലേക്കു തറ പ്പിച്ചു നോക്കി. അത്തരം നോട്ടങ്ങളെ ഞാൻ എന്നും അവഗണിച്ചിട്ടേയു ള്ളൂ. അയാളുടെ കണ്ണുകളിൽ വെളുത്ത നൂലുകൾ വളരുന്നതായി ഞാൻ കണ്ടു.

"ഉമേശ് സാർ, ഇതു ഞാൻ പറയാറുള്ള"

ഭദ്രൻ മുഴുമിപ്പിക്കുന്നതിനുമുമ്പ് അയാൾ തടഞ്ഞു.

"എവൻ ആരായാലെന്താ. എന്റെ വീട്ടിൽ എന്തിനുവന്നു."

ഭദ്രൻ എന്റെ തോളിൽ തൊട്ടു. "സാർ ഇരിക്കൂ. ഉമേശ് സാറിന്

ആളെ മനസ്സിലായില്ല. ഒന്നും തോന്നരുത്." "വേണ്ടാടാ നീ ആരായാലും എന്റെ വീട്ടിൽ വരരുത് ഇരിക്കരുത്."

ഉമേശ് ഒരുഗ്ലാസിൽ അവശേഷിച്ച മദ്യം കുടിച്ചു തീർത്ത് വീണ്ടും കസേരയിൽ കൂനിക്കൂടിയിരുന്നു. കണ്ണടച്ച് കറുത്ത ഇത്തിൾപിടിച്ച പല്ലു കൾ കാട്ടി ചിരിച്ചുകൊണ്ട് ആരോടെന്നില്ലാതെ ചോദിച്ചു.

"സ്മിർനോഫിനെ അറിയാമോ?"

ഒരു നീണ്ട നിശ്ശബ്ദത.

"ചരിത്രം പഠിക്കണം. വിപ്ലവത്തിനും മുമ്പ്, (ചിരി, അയ്യോ അയ്യോ) അലക്സാണ്ടർ സാറിന്റെ ഭരണകാലത്ത് (അയാൾ സ്കൂൾ മാഷല്ലായി രുന്നു മണ്ടാ. സാർ ചക്രവർത്തിയാ) കിരീടം വയ്ക്കാത്ത ചക്രവർത്തി യായിരുന്നു സ്മിർനോഫ്."

ഉമേശിന്റെ ചരിത്രപാഠം എന്നെ വിരട്ടി. ഞാൻ എഴുന്നേറ്റു ഭദ്രൻ എന്നെ വിടുന്ന മട്ടില്ല. അവന് എന്നോടൊത്തിരി പറയാനുണ്ട്. തമ്മിൽ കണ്ടിട്ട് ഓണം രണ്ടു കഴിഞ്ഞു. ബീച്ചിലോ ബാറിലോ എവിടെയെങ്കിലും പോകാം. പക്ഷേ വല്ലവന്റെയും വീട്ടിൽ ആട്ടുകേട്ടിരിക്കാൻ വയ്യാ.

"ഭദ്രാ ഞാൻ പോകുന്നു."

എന്റെ ശബ്ദം അല്പം ഉറക്കെയായി. ഉമേശ് കണ്ണുതിരുമ്മിത്തു റന്നു.

"നീ ഇതുവരേം പോയില്ലേടാ"– ഭദ്രൻ തടഞ്ഞു.

"ഉമേശ് സാർ. ഇതെന്റ് അതിഥിയാ"– ഉമേശിനുവെളിവുണ്ടായി.

"നീ പോകരുത്. ഭദ്രന്റെ അതിഥീ, നിനക്കറിയാമോ. അതിഥി, ദേവോ ഭവാന്നാ"–

ഭദ്രനും ജീവൻ വച്ചു.

"കേട്ടില്ലേ. ഉമേശ് സാർ പാവമാ. കൊച്ചുകുട്ടിയെപ്പോലെ."

"ഭദ്രന്റെ കൂട്ട് എന്റെയും കൂട്ട്. നീ പോയാൽ ഭദ്രൻ കരയും. എന്തി നാണ് ഭദ്രനെ കരയിക്കുന്നത്. നീ പോകല്ലേടാ."

ഭദ്രൻ കൃത്രിമച്ചിരിയുടെ ഉസ്താദ്.

ഉസ്താദു ഭദ്രന്റെ ചിരിയിൽ ഞാനലിഞ്ഞു.

തീർത്തുവച്ച ഗ്ലാസ് നിറച്ചിട്ട് ഉമേശ് എനിക്കു നീട്ടി. അയാൾ ചിരിച്ചു. ഞാൻ ഭയന്നു. വെള്ളനൂലുകൾ പൊതിയാൻ തുടങ്ങിയ കണ്ണിലെകറുപ്പ്. ഒരിക്കലും വൃത്തിയാക്കിയിട്ടില്ലാത്ത അയാളുടെ മഞ്ഞപ്പല്ലുകളെ തൊട്ട റിഞ്ഞ ഗ്ലാസാണത്. അതിൽ ഞാൻ കുടിക്കണം. ഞാൻ വിലക്കി.

"വേണ്ടാ ഉമേശ്. ഞാൻ കുടിക്കാറില്ല"

പേടിപ്പെടുത്തുന്ന ചിരിപൊട്ടി. ഞാൻ ശ്രദ്ധമാറാൻ കുപ്പിയിൽ ലേബൽവായിച്ചു–സ്മിർണോഫ് വോഡ്ക. ഓ അതായിരുന്നു ചരിത്ര പാഠം പറഞ്ഞുതന്നതിന്റെ രഹസ്യം.

ചിരിയോടൊപ്പം അയാൾ ചാരുകസേരയിൽ നിന്നും നെട്ടനെ എഴു ന്നേറ്റുനിന്നു. ഏഴടിയോളം പൊക്കമുള്ള ഒരു മെല്ലിച്ച മനുഷ്യൻ. ചിരി നിർത്തുന്നതുവരെ ഒരത്ഭുത ജീവിയെ എന്ന പോലെ ഞാൻ നോക്കി

നിന്നു.

"ഭദ്രന്റെ അതിഥി കുടിക്കാറില്ല. അയ്യോ കുടിക്കാറില്ല."

അയാളുടെ പ്രകടനം കണ്ടു ഭദ്രനും ചിരിക്കുകയായിരുന്നു.

"മദ്യം ഉള്ളിലേക്ക് എരിഞ്ഞൊഴുകുമ്പോൾ അസഹ്യമാണ്. എന്നാൽ അതുണർത്തിവിടുന്ന തുടർക്കഥകൾ മധുരതരമായിരിക്കും."

വീണ്ടും ഭദ്രന്റെ പരികല്പന. അടുത്തവീടുകളിലെ ആളുകൾ അങ്ങോട്ടുതന്നെ നോക്കുന്നുണ്ടായിരുന്നു. ഉമേശ് ചിരിച്ചുക്ഷീണിച്ച് ഒടി ഞ്ഞുമടങ്ങി. ഒടുവിൽ കസേരയിലിരുന്നു. എന്തുഗതികെട്ട അവസ്ഥയി ലാണ് ഒരു സൗഹൃദസന്ദർശനം എത്തിച്ചേർന്നതെന്നാലോചിച്ച് ഞാൻ അല്പനേരം കണ്ണടച്ചിരുന്നു.

"സാർ, വെള്ളമടിക്കുന്നില്ലെങ്കി വേണ്ടാ. എന്റൊപ്പം കുറച്ചവിയൽ കഴിക്കണം."

ചീഞ്ഞു തുടങ്ങിയ അവിയലിന്റെ മണം എന്റെ കണ്ണുതുറപ്പിച്ചു. എന്റെ മുഖത്തേക്കുനീട്ടിയ ഒരു സ്പൂണുമായി ഉമേശ്.

"ഇതു കഴിക്കൂ. ഒരു സ്നേഹവായ്പ."

ഞാനതു സ്നേഹപൂർവ്വം നിരസിച്ചു ഭദ്രൻക്കൂടി തടഞ്ഞപ്പോൾ ഉമേശ് അവിയൽ സ്വന്തം വായിലാക്കി. മദ്യം തീർന്നിരുന്നു. കാലി ക്കുപ്പി ദൂരേക്കു വലിച്ചെറിഞ്ഞിട്ട് ഉമേശ് വിലപിച്ചു.

'മനുഷ്യൻ പൊടിയിൽ നിന്നും പിറന്നു. പൊടിയിൽ തീർന്നുപോ കുന്നു. ഇടയിലുള്ള അല്പകാലത്തേക്ക് എന്തിനു വൃഥാഖേദിക്കുന്നു. റഷ്യൻപഴമൊഴിയാ. ഈ ഭദ്രൻ പറഞ്ഞതാ. കുപ്പിതീർന്നുപോയാൽ പിന്നെ വിഷമിക്കാതിരിക്കാൻ കഴിയുമോ.

ഭദ്രനും ആവേശമായി

"നല്ലൊരുകുപ്പിയായിരുന്നു. സ്മിർണോഫ്." ഉമേശ് കഥ പറഞ്ഞു.

പത്താംമ്പതാംനൂറ്റാണ്ടിന്റെ രണ്ടാംപകുതിയിൽ മോസ്കോയിലെ മദ്യശാലകളിൽ ആളുകൾ കയറിയിറങ്ങി. അവർക്ക് സ്മിർണോഫിന്റെ വോഡ്കവേണം. മദ്യശാലക്കാർ കേട്ടിട്ടുകൂടിയില്ല അങ്ങനെയൊന്ന്. ആവ ശ്യക്കാർക്കുടിക്കൂടി സൈ്വരം കേട്ടപ്പോൾ അവർ സ്മിർണോഫിനെ അന്വേഷിച്ചു കണ്ടുപിടിച്ചു. അയാളുടെ ഫാക്ടറിയിൽ നിന്നും ഒഴുകാൻ തുടങ്ങിയ മദ്യം റഷ്യയെ പ്രളയക്കെടുതിയിലാക്കി.

"മാർക്കറ്റിംഗ് തന്ത്രം എന്തായിരുന്നു?"

ഞാനും ഭദ്രനും അതേക്കുറിച്ച് അജ്ഞരായിരുന്നതുകൊണ്ട് ഉമേശ് ഞങ്ങളെ ചിരിച്ചുവീഴ്ത്തിക്കളഞ്ഞു.

"ചരിത്രവഴികൾ അറിയാത്ത മൂഢന്മാർ"

സ്മീർത്തോഫ്, തെരുവുകളിൽനിന്നും ദരിദ്രവാസികളെ വീട്ടിലെ ത്തിച്ചു.

അവർക്കു ഭക്ഷണവും മദ്യവും നല്കി.

"സ്മിർണോഫിന്റെ വോഡ്ക" അന്വേഷിച്ചു മദ്യശാലകൾ കയറി യിറങ്ങുന്നതിനു പ്രത്യേകകൂലിയും നല്കി.

'ചെക്കോവും ടോൾസ്റ്റോയിയും പിന്നീടുവന്ന വിപ്ലവക്കാരും വിചാ രിച്ചിട്ടും അയാളെ ഒന്നും ചെയ്യാൻ പറ്റിയില്ല.'

ഭദ്രൻ കളിയായി അരിശം നടിച്ചു.

"ദേ, ഉമേശ് സാറേ, വിപ്ലവത്തെ മോശമാക്കിയാൽ എന്റെ സ്വഭാവം മാറും.

മഹത്തായ ബോൾഷെവിക്-"

"അല്ലെടാ, അതിന്റെ വിജയത്തിനായിട്ടല്ലേ നമ്മൾ ഈ കഷ്ടപ്പെടു ന്നതൊക്കെ."

അയാൾ കാലിയായ ഗ്ലാസെടുത്തു വീണ്ടും വീണ്ടും ചുണ്ടോടടു പ്പിച്ചു. നിരാശനായി "യാഥാർത്ഥ്യം എത്ര ദുഃഖകരമാണു ഭദ്ര. മദ്യം തീർന്നതുലജ്ജാകരവും."

ഭദ്രനു ചിരി. സമർത്ഥമായ ഒരു മൂളലോടെ, മുഴക്കത്തോടെയുള്ള അയാളുടെ ചിരി അവസാനിച്ചു.

"ഉമേശ് സാർ, അകത്തുപോയി വന്നാട്ടെ, രഹസ്യ അറ തുറന്നാ ട്ടേ....അല്ലപിന്നെ."

ആ ചിരിയുടെ ബാക്കി തുടർന്നുകൊണ്ട് ഉമേശ് എഴുന്നേറ്റുനിന്നു. ആ ഏഴടിക്കാരൻ വേച്ചു വേച്ചു നടന്നു പോകുമ്പോൾ എന്റെ നേർക്ക് ഗൗരവത്തോടെ നോക്കിയിട്ട് അയാൾ പറഞ്ഞു: "മദ്യം എന്റെ ശത്രു വാണ്. ഞാനവനെ വെറുക്കുന്നു. രക്ഷപ്പെടാൻ അനുവദിക്കില്ല. ഞാന വനെ വിഴുങ്ങിക്കൊണ്ടേയിരിക്കും."

തണുത്തുറഞ്ഞുപോയ ഒരു ലഹരിമനുഷ്യൻ. അയാൾ നിറയെ വീണ്ടുവിചാരം നഷ്ടപ്പെട്ട ലഹരിസുഖമായിരിക്കും.

മഞ്ഞച്ചായമടിച്ച സ്കൂൾബസ് വീടിനുമുമ്പിൽ വന്നുനിന്നു. യൂണിഫോം ധരിച്ച ഒരുകുട്ടിയും ഒരു സ്ത്രീയും ഇറങ്ങി. സ്ത്രീ ഞങ്ങളെ ഗൗനിക്കാതെ അകത്തേക്കുപോയി. മൗന്യവും ലളിതവുമായിരുന്നു അവ രുടെ വേഷം. അതിനുചേരാത്തതായിരുന്നു വന്യമായ ഭാവത്തോടെയുള്ള നടത്തം. കുട്ടി ഭദ്രന്റെ അടുത്തെത്തി. അയാളുടെ തോളിലേക്കു കുനി ഞ്ഞുനിന്നു രഹസ്യം ചോദിച്ചു.

"അങ്കിൽ അച്ഛനിന്നും നെറയെ കുടിച്ചോ?"

മറുപടികിട്ടാഞ്ഞപ്പോൾ അവൾ തോൾബാഗിൽനിന്നും ഒരു കളി പ്പാട്ടമെടുത്തുകാണിച്ചു. ഒരുകളിത്തോക്ക്. ഭദ്രൻ മന്ദഹസിച്ചു.

"ദെന്തിനാമോളേ"

"ന്റച്ഛനെ കൊല്ലാൻ"

"അയ്യോ വേണ്ട"

"ഇല്ല ഞാം കൊല്ലില്ല. തോക്കു ചോദിച്ചപ്പോൾ അമ്മ പറഞ്ഞതാ." അവൾ കളിചിരിയോടെ അകത്തേക്കു പാഞ്ഞു.

ഏറ്റവും നല്ല സന്ദർഭം

ഞാൻ എപ്പോഴും കാത്തിരിക്കുകയും ഒരിക്കലും കൈവരാതിരിക്കു കയും ചെയ്യുന്ന അങ്ങനെയൊന്ന്-ദാ, ഇപ്പോഴെത്തി അതായിരുന്നു എനി

ക്കപ്പോൾ തോന്നിയത്. "ഇപ്പോത്തന്നെ പോയേക്കാം."

ഞാൻ പുറപ്പെടാനൊരുങ്ങി.

"ഇര്യവിടെ സാറേ"

ഭദ്രൻ എന്റെ കൈയിൽത്തൂങ്ങിപ്പിടിച്ചു.   അയാൾ എനിക്ക് ഉമേ ശിന്റെ ജീവിതം പറഞ്ഞുതന്നു.

"സമർത്ഥനായ ഒരു ചെറുപ്പക്കാരനായിരുന്നു ഉമേശ്."

ഞാൻ ചിരിയടക്കി

"സമൂഹത്തിൽ ഉറഞ്ഞുകൂടിയ ദുഷ്പ്രവണതകൾക്കെതിരെ അയാൾ ശക്തമായി പ്രതികരിച്ചു."

ഞാൻ ചിരിപൊട്ടാതെ നോക്കി.

"സ്ത്രീവിമോചനം സ്വപ്നം കണ്ടു ഉണ്ണേശ്."

"ഭയങ്കരമായിപ്പോയി"

ഞാൻ ഗൗരവം നടിച്ചു. ഉമേശിന്റെ ഭാര്യമോചിതയായയോ എന്നു ഞാൻ അന്വേഷിച്ചു. ഭദ്രനു വാഗ്സാമർത്ഥ്യം നഷ്ടപ്പെട്ടോ. അവൻ ഒരു നിമിഷം ആലോചിച്ചു നിന്നു.

"ഉമേശ് തന്നെയായിരുന്നു ഭാര്യയെ സ്ത്രീപക്ഷചിന്തകരുടെ യോ ഗങ്ങളിൽ എത്തിച്ചിരുന്നത്."

"ഹാ ഭാഗ്യം"

"സാർ, അയാൾ പാവമാണ്. ഒരു ബൈക്ക് ആക്സിഡന്റാണ് അയാളെ തകർത്തുകളഞ്ഞത്. ബാറിൽനിന്നും വീട്ടിലേക്കു തിരിച്ചുവ രുമ്പോഴായിരുന്നു അത്."

തളർന്ന ഒരു കള്ളച്ചിരിയോടെ ഉമേശ് വേച്ചു വേച്ചു വരുന്നതു കണ്ട പ്പോൾ ഭദ്രൻ കഥ നിർത്തിക്കളഞ്ഞു. ഉമേശ് അരയിൽ തിരുകിക്കൊ ണ്ടുവന്ന കുപ്പിതുറന്നു. ഗ്ലാസുകളിലൊഴിച്ച് ഓരോപിടിപിടിച്ചിട്ട് രണ്ടാളും എന്നെ നോക്കി കണ്ണിറുക്കി.

ഞാനിങ്ങനെ നിന്നാൽ മതിയോ. നേരമെത്രയായി. എനിക്കു തിരിച്ചു പോകണ്ടേ. ഞാൻ കൈനീട്ടി "അപ്പോൾ ഉമേശേ കണ്ടു പരിചയപ്പെട്ടു സന്തോഷം."

എന്നെ അതിശയിപ്പിച്ചുകൊണ്ട് ഉമേശ് എന്റെ കൈതട്ടി

"ഷേക്ക്ഹാന്റിൽ വിശ്വസിക്കരുത്. കൈവിറച്ചുപോകും. ഹാ. ഹാ.ഹാ"

എനിക്കും സന്തോഷമായി. ഗേറ്റിലേക്കു നടക്കാൻ തുടങ്ങിയ എന്നെ അയാൾ തടഞ്ഞു.

"എന്റെ ഭാര്യയെ ഒന്നു പരിചയപ്പെട്ടിട്ടു പോകൂ–"

എന്റെ ചുമലിൽ പിടിച്ചുപിടിച്ച് അയാൾ വീണ്ടും അകത്തേക്ക്.

"ശ്രീമതി, ഇങ്ങോട്ടുവന്നേ–"

മുഖത്തുകൃത്രിമച്ചിരിയും കൈയിലൊരു സ്റ്റീൽതവിയുമായി അയാ ളുടെ ഭാര്യ പ്രത്യക്ഷപ്പെട്ടു. എന്റെ ചുമലിൽ ഉമേശിന്റെ അള്ളിപ്പിടുത്തം ബലവത്തായി. അയാളുടെ ഭാരം മുഴുവനും താങ്ങി ഞാൻ ചാഞ്ഞുവീ

ഴുമെന്നായി. "ദേ, എവൻ നമ്മുടെ നാട്ടുകാരനാ."

അവർ തൊഴുതു ഞാനും

"എവൻ ഒന്നുരണ്ടു പൊടട്ടക്കഥ എഴുതിയിട്ടുണ്ട്. എവനു നിന്നെ പരിചയപ്പെടണമെന്ന്. ആളൊരു ഫെമിനിസ്റ്റാ. പാവം പരിചയപ്പെട്ടോ ഹാ.ഹാ.ഹാ."

ഞാൻ ചുമലിലെ ഭാരം മറന്നു. നിയന്ത്രിച്ചിരുന്ന കോപം ചിറപൊട്ടി.

"സഹോദരി മാന്യമായി പെരുമാറാൻ ഇയ്യാൾക്ക് ഒരു ക്ലാസെടു ക്കണം-"

ചുമലിലെ ഭാരം തള്ളിയകറ്റി ഞാൻ വേഗം പുറത്തിറങ്ങി. വീടിനു ള്ളിൽ എന്തോ തകർന്നുവീഴുന്ന ശബ്ദം. ഒരു നിലവിളി.

തിരിഞ്ഞുനോക്കിയ ഞാൻ കണ്ടത് സിറ്റൗട്ടിലേക്കു വന്നുവീഴുന്ന ഒരു ജോഡി മരക്കാലുകളായിരുന്നു. കുറെ ശാപവാക്കുകളും. പെൺകുട്ടി ഓടിവന്ന് ആ പൊയ്ക്കാലുകൾ പൊക്കിയെടുത്ത് കെട്ടിപ്പിടിച്ച് 'അച്ഛാ, അച്ഛാ' എന്നലമുറയിടാൻതുടങ്ങി. ഭദ്രന്റെ മുഖത്തു നോക്കാതിരിക്കാൻ ശ്രദ്ധിച്ചുകൊണ്ട് ഞാൻ ടാർവഴിയിലേക്കിറങ്ങിപ്പോന്നു. പക്ഷേ, ഞാൻ മറന്നുപോയ ആ റഷ്യൻ പഴമൊഴിയുമായി ഭദ്രൻ എന്നെ പിന്തുടർന്നു.

അർത്ഥഗർഭം

സത്യസന്ധതയിലും ധാർമ്മികതയിലും കെട്ടി ഉയർത്തിയതാ
ണെന്റെ മനസ്സ് എന്ന സങ്കല്പമാണ് ഇന്നു പൊളിച്ചടുക്കിയത്. അതിനു
കാരണം പ്രൊഫസർ സോംദേവ് എന്നറിയപ്പെടുന്ന ഞങ്ങളുടെ സോമ
ദേവനും.

അദ്ദേഹത്തിന്റെ വീട് നിഗൂഢത നിറഞ്ഞ ഒരിടമെന്നാണ് എനിക്ക്
തോന്നാറുള്ളത്. ഏതുനേരവും പൊട്ടിവീണേക്കാവുന്ന ഒരു നിലവിളി
അവിടെ ചങ്ങലയിൽ കിടപ്പുണ്ടെന്ന ഒരു ദുഷ്ടസങ്കല്പമാണെന്റേത്.
പക്ഷെ, എന്റെ ആ അഭിപ്രായത്തോടു യോജിക്കുന്ന ഒരു നാട്ടുകാര
നെയും ഞാനിതുവരെ കണ്ടിട്ടില്ല. അതുകൊണ്ടുതന്നെ പ്രൊഫസർ ഒരു
നല്ല മനുഷ്യനാണെന്നും അദ്ദേഹത്തെക്കുറിച്ചും ആ വാസസ്ഥലത്തെ
ക്കുറിച്ചുമുള്ള എന്റെ ധാരണകൾ ചിന്തകളുടെ വഴിതെറ്റൽ മാത്രമാ
ണെന്നും വിശ്വസിക്കാൻ ശ്രമിക്കുകയാണ്.

മരക്കൊമ്പുകളിലെ കോളാമ്പിമൈക്കിന്റെ അസമയത്തെ നിലവിളി
കേട്ടാണ് ഞാനും കിളികളും ഇന്നുമുണർന്നത്. നവരാത്രി ആഘോഷ
ങ്ങളുടെ കാലമാണ്. നാളെ വിജയദശമി. നൂറുകണക്കിനു കുഞ്ഞിവിര
ലുകൾ അക്ഷരംതൊടുന്ന ദിനം.

സമീപഭൂതകാലം കണ്ടിട്ടുള്ളതിൽവെച്ച് ഏറ്റവും അധികം ആഘോ
ഷപൂർണ്ണമായ വിദ്യാരംഭച്ചടങ്ങുകൾക്ക് ടൗൺഹാളും പരിസരവും
സാക്ഷ്യംവഹിക്കുകയാണ്.

ഞങ്ങളുടെ ക്ലബ്ബിനുവേണ്ടി നോട്ടീസ് വാചകം എഴുതിത്തന്നിട്ട്
പ്രൊഫസർ ചിരികോട്ടിച്ചിരിച്ചു. "സമീപഭൂതകാലം. എങ്ങനേണ്ട്
പ്രയോഗം."

"അസ്സലായി. സോംദേവ്സാറിനു നല്ല ദക്ഷിണ തരപ്പെടാൻ ഞങ്ങൾ

പ്രാർത്ഥിക്കാം."

ഞാനതു പറയവെ എന്റെ അമിതസ്വാതന്ത്ര്യത്തിനു നേരേ രൂക്ഷ മായൊന്നു നോക്കിയിട്ട് പ്രൊഫസർ സഗൗരവം പറഞ്ഞു. "കഴുതേ, നീ പോടാ."

ആ പുലയാട്ടുകേട്ട് കെട്ടുപോയ എന്റെ മനസ്സോടു ഞാൻ രഹസ്യ മോതി – നമ്മുടെ സോംദേവ് സാറല്ലേ, ക്ഷമിച്ചുകള. എന്നിട്ട് മൃഗമാകാ തിരിക്കാനായി ഞാൻ വെറുതെ ചിരിച്ചുകൊണ്ടിരുന്നു.

നാളത്തെ ചടങ്ങുകളെക്കുറിച്ചു ഞങ്ങൾക്കു വളരെ പ്രതീക്ഷയാ ണുള്ളത്. വിദ്യാരംഭത്തോടൊപ്പം നടക്കുന്ന മറ്റു പരിപാടികളെക്കുറിച്ചു ഞങ്ങൾ അടുപ്പുകൂട്ടിയപോലിരുന്നു ചിന്തിച്ചു. ഞങ്ങൾക്ക് ഇനിയും എന്തെല്ലാം ചെയ്യാൻ കിടക്കുന്നു. നശ്വരവും നിസ്സാരവുമായ ഈ ജീവി തംകൊണ്ട് സഹജീവികൾക്ക് എന്തെങ്കിലും പ്രയോജനമുണ്ടാകേണ്ടത ല്ലേ. എന്റെ സ്വപ്നങ്ങളിലെ കുന്നിൻമണ്ടകൾ ആകാശം തൊടുന്നുണ്ടാ യിരുന്നു. നേരം വളരെയേറെ ഇരുട്ടിയപ്പോൾ അടുത്ത പ്രഭാതത്തിൽ കാണാമെന്നോ മറ്റോ പറഞ്ഞ് ഞങ്ങൾ പിരിഞ്ഞു. വീടെത്താറായപ്പോൾ ഇരുളിന്റെ മറപറ്റി ഒരാൾ എന്നെ വിളിച്ചു. ഒൗ. വലിയ ആൾത്തന്നെ. നമ്മുടെ പ്രൊഫസർ സോംദേവ്.

"വീട്ടിൽ ഒരു പ്രശ്നം. താങ്കൾ ഒന്നവിടംവരെ വരണം."

അപ്പോഴും, കഴിഞ്ഞ ഒന്നരമണിക്കൂർമുമ്പുവരെയും എനിക്കു നല്ല ധൈര്യമുണ്ടായിരുന്നു. അതുകൊണ്ടാണ് പ്രൊഫസറെ സഹായിക്കാനും സ്വയം കേമനാകാനും തുനിഞ്ഞത്. സോംദേവിനെ പിടികൂടിയിരുന്നു, ഒരു ബാധ. ഒരു വയസ്സൻ. സ്വയം അതിഥി ചമഞ്ഞെത്തിയതാണ്. നരച്ച മുടി കഴുത്തുവരെ നിരന്നുവളർന്നിരുന്നു. പച്ച മാർബ്ബിൾത്തറയിൽ ഭിത്തി യിലേക്കു ചാഞ്ഞിരുന്ന അയാൾ പിച്ചുംപെയും പറഞ്ഞു.

"പ്രൊഫസറേ, നിന്നേം നിൻച്ഛേനേം ഞാൻ പഠിപ്പിച്ചിട്ടുണ്ട്. നക്കുപ്പും ചിങ്ങവാഴക്കായും അറിയാത്തവനായിരുന്നു നീ അന്ന്. ഒന്നും മറക്കല്ലേ മഹാനേ–"

അതുകേട്ട് സോംദേവിന് കലിബാധിച്ചു. അയാളെ ആരും പഠിപ്പിച്ചി ട്ടില്ലെന്നു തീർത്തുപറഞ്ഞു. "ഏതെങ്കിലും അണ്ടനോ അടകോടനോ പഠി പ്പിച്ചാൽത്തന്നെ വേണ്ടപോലെ ഫീസും തീറ്റിയും കെട്ടിക്കൊടുത്തിട്ടുണ്ട്. ആരടേം ഓശാരമൊന്നും വേണ്ടാ കൂവേ–"

പിന്നെ നമ്മുടെ ഭാഷാപ്രയോഗത്തിൽ ഇപ്പോൾ ഒഴിവാക്കാനാവാത്ത 'ഒലത്ത്', 'കോപ്പ്' തുടങ്ങിയ ചില പദങ്ങളും ധാരാളം ഉരുവിട്ടു. കുട്ടി കളെ അക്ഷരവെളിച്ചം കാട്ടി വഴിനടത്തേണ്ടയാളുടെ അസംസ്കൃതവാ ഗ്ദ്ധോരണി എന്നെ ആദ്യം വിസ്മയിപ്പിച്ചു. പിന്നെ അതിനു കാരണവും കണ്ടെത്തി ഞാൻ ആശ്വസിച്ചു: അളമുട്ടിയ ചേരയുടെ കടിപോലെയാണ് പ്രൊഫസറുടെ പദപ്രയോഗങ്ങൾ. എങ്ങനെ പറയാതിരിക്കും. പാവം.

തറയിൽ, സ്വന്തം ജീർണ്ണവസ്ത്രങ്ങളിലെ കീടങ്ങളുല്പാദിപ്പിച്ച ഗന്ധത്തിൽ നിറഞ്ഞുനിന്നുകൊണ്ട് വൃദ്ധൻ വീണ്ടും ഉറക്കെപ്പറഞ്ഞു.

"പ്രൊഫസറേ, ആണ്മക്കള്‍ക്കെന്നെ വേണ്ടാതായി. എന്നെ ഇറ ക്കിവിട്ടു. വിശപ്പുണ്ട്. അത്താഴംവേണം. കിടന്നുരുളാന്‍ ഒരു കട്ടില്‍ വേണം. ഉറങ്ങാനല്ല, ഉറക്കം വരത്തില്ല. എവിടെന്റെ മോള്‍. കൊച്ചേ, അച്ഛനു വിശക്കുന്നു."

സോംദേവ് തന്റെ മൃദുവായ, തണുത്ത വിരല്‍കൊണ്ട് എന്നെ കുത്തി.

"താന്‍ ഇയ്യാളെ ഒന്നൊഴിവാക്കിത്തരണം. കൊല്ലരുത്. ദൂരെയെ ങ്ങാനും കൊണ്ടാക്കി-"

എന്റെ സ്വപ്നങ്ങളിലെ കുന്നുകളുടെ പൊക്കത്തില്‍ പുകമഞ്ഞു മൂടി. ഇന്നുവരെ ആരെയും തല്ലുകയോ, കൊല്ലുകയോ ചെയ്തിട്ടില്ലെന്ന താണെന്റെ മഹത്വം. പിന്നെ ഇത്തരം ഒരു ജോലി സംസ്കൃതചിത്ത നായ ഒരുവന്‍, ഞങ്ങളുടെ ആരാധ്യപുരുഷന്‍ എന്നെ ഏല്‍പിച്ചതു വിചി ത്രംതന്നെ.

ഇല്ല പ്രൊഫസര്‍. എനിക്കതിനു കഴിയില്ല.

അറുത്തുമുറിച്ച് അങ്ങനെ പറയാനാണ് തോന്നിയത്. പക്ഷേ, സോംദേവ് എനിക്കു പറയാനുള്ള ഇടവേള തന്നില്ല. ചിലര്‍ സംസാരി ക്കാന്‍ തുടങ്ങിയാല്‍ അങ്ങനെയാണ്. ശ്രോതാവിനുവേണ്ടി വാചക ങ്ങള്‍ക്കിടയില്‍ ഒന്നു മൂളാന്‍പോലുമുള്ള മുറിപ്പാടു കരുതിവക്കില്ല. അവ രുടെ വാചകങ്ങള്‍ക്കൊടുക്കം അസ്തപ്രജ്ഞനായി പാവം ശ്രോതാവ് തലയാട്ടി കുഴഞ്ഞുപോകും.

"തനിക്കറിയോ, അയാള്‍ എന്റെ ഭാര്യാപിതാവാണ്. ഞങ്ങള്‍ക്ക് ഊരുകൂട്ടി ഉറങ്ങാന്‍ കഴിയുന്നില്ല. ഇടയ്ക്കൊക്കെ ഈ വേഷം എഴു ന്നെള്ളും. ഒന്നൊഴിവാക്കിത്തരണം. ഇവിടെ കിടന്നു ചത്തുപോയാല്‍ ആകെ കുഴപ്പമാകും. ഇയാളെ ഇപ്പോള്‍ വേണ്ടാത്ത എന്റെ അളിയ ന്മാരും നാട്ടുകാരും ഇവിടം കുട്ടിച്ചോറാക്കും-"

ഹാളില്‍, ഞാന്‍ നിന്നതിന്റെ പുറകിലെ വാതില്‍ തുറന്ന് വളയിട്ട ഒരു കൈ എന്റെ പുറത്തു തട്ടിവിളിച്ചു. സോംദേവിന്റെ ഭാര്യ.

"പ്ലീസ്. ഒന്നു സഹായിക്കൂ. ചേട്ടന് ധൈര്യമില്ലാത്തതുകൊണ്ടാണ്. മുതുക്കന്‍ ഇവിടെ കിടന്നാല്‍ എല്ലായിടത്തും ദുര്‍ഗന്ധമാണ്. കുഴിയിലെ എക്കല്‍മണ്ണിന്റെ മണം. തന്നെയുമല്ല, രാത്രിയില്‍ കിടക്കയില്‍ ഉണര്‍ന്നു കിടന്ന് അയാളുടെ നിഗൂഢമായ യാത്രകളില്‍ തട്ടിയുടയ്ക്കുന്ന വസ്തു ക്കളുടെ കണക്കെടുപ്പായിരിക്കും ഞങ്ങളുടെ പണി. സഹായിക്കൂ. ഒരാ ങ്ങളയെപ്പോലെയല്ലേ നിങ്ങള്‍."

അപ്പോള്‍ അതു നിന്റെ അച്ഛന്‍ തന്നെയല്ലേ, പെങ്ങളേ എന്നു ചോദി ക്കാന്‍ തുനിഞ്ഞ എന്നെ സോംദേവ് ശക്തിയായി തള്ളി.

"ചെല്ല്. ഇപ്പോള്‍ എന്നെ സഹായിച്ചിട്ട് നാളത്തെ വിദ്യാരംഭം പ്രോഗ്രാമിനു മുമ്പ് റിപ്പോര്‍ട്ടു തന്നാല്‍ മതി – ഹാ... ഹാ... ഹാ..."

ഞാന്‍ വയസ്സന്റെ കണ്ണുകളിലേക്ക് രൂക്ഷമായി നോക്കി.

"എഴുന്നേല്‍ക്ക്"

ഇമവെട്ടാതെ, ഒരു കൃത്രിമഗൗരവം വരുത്തിയ എന്റെ നോട്ടം മുറി ച്ചുകൊണ്ട് നരച്ചതാടി തടവി അയാൾ പരിഹസിച്ചു.

"രൂക്കൈകദൃക്കേ. ആര്. ആരെടാ നീ. എന്റെ മക്കൾക്കെന്നെ വേണ്ടാ. ഇവൻ എന്റെ ജാമാതാവു മാത്രമല്ല. ശിഷ്യൻകൂടിയാണ്. ജാമാ താവ്, എന്താണെന്നാ നിന്റെ വിചാരം? ജ്യാമിട്രി പഠിച്ചിട്ടുണ്ടോടാ നീ എരപ്പേ."

എനിക്കെല്ലാം മനസ്സിലായി. കളവും നരയും ഓർമ്മപ്പിശകും ചേർന്ന ഒരു വൃദ്ധൻ. ഇവിടെ, പ്രായം ചെന്നവർക്കൊക്കെ എന്തോ തകരാറു പറ്റിയിരിക്കുന്നു. സോംദേവിനെ രക്ഷിക്കേണ്ടത് എന്റെ കടമയാണ്. ഞാൻ വയസ്സന്റെ തോളിൽപ്പിടിച്ചുയർത്തി.

"സാർ എഴുന്നേറ്റാട്ടെ. സാറിന്റെ അനുഗ്രഹം തേടി നൂറാളുകൾ വെളിയിലുണ്ട്."

"നേരോടാ–"

"വേണ്ടാത്തിടത്ത് ഇടിച്ചുകയറി പരിഹാസപാത്രമാകുന്നതിനെക്കാൾ മഹത്തരമാണ് ആവശ്യക്കാരുടെ സേവനത്തിനു പുറപ്പെടുന്നത്."

വയസ്സൻ സംശയിച്ചു സംശയിച്ച് എന്നോടൊപ്പമിറങ്ങിവന്നു. അയാ ളുടെ തോളിൽ കൈതാങ്ങി, ചേർത്തുപിടിച്ചുകൊണ്ട് ചിരിച്ചുചിരിച്ചു ഞാൻ നടന്നുപോന്നു.

"വന്നാട്ടെ. വന്നാട്ടെ. ഞാൻ സാറിന്റെ അരുമശിഷ്യനല്ലോ–"

സോംദേവിന്റെ ഗേറ്റിൽ താഴുവീണു. വീടിന്നകത്തുനിന്നും ഗീതാ ജ്ഞാനയജ്ഞക്കാരന്റെ ഡി വി ഡി പ്രഭാഷണം പരക്കാൻ തുടങ്ങി. ഞങ്ങൾ നടന്നുകൊണ്ടേയിരുന്നു. ഒരു നാടൻചായക്കടയിൽനിന്നും ബോണ്ടായും ചായയും വാങ്ങിക്കൊടുത്തിട്ട് ഞാൻ വയസ്സനെ കളി യാക്കി.

"ജോമട്രിസാറേ, വിശപ്പുകെട്ടോ?"

"നീ ചായ കുടിക്കുന്നില്ലേ. നല്ല ചന്ദനംപോലത്തെ ചായ."

"ജോമട്രിസാറു കുടിച്ചാൽ അതുമതി ഈ ശിഷ്യനും."

ഞങ്ങൾ ചിരിക്കാൻ പിശുക്കു കാണിച്ചില്ല. ജോമട്രിസാറിനു ക്ഷീണം തോന്നിയപ്പോൾ ഇരുട്ടിൽ പറന്നുവന്ന ഒരോട്ടോറിക്ഷയുടെ ഒറ്റക്കണ്ണി ലേക്കു കൈകാണിച്ച് ഞങ്ങൾ കയറി. പിന്നെ ഞങ്ങൾ സ്റ്റേഷനിൽ ചെന്ന് റെയിലുവണ്ടി പിടിച്ചു. ഞങ്ങളുടെ റെയിലുവണ്ടിക്ക് പച്ചതെളിയാൻ തുട ങ്ങിയനേരം ഞാൻ ജോമട്രിസാറിനോട് മൂത്രമൊഴിക്കാൻ അനുവാദം ചോദിച്ചു.

"പോയ് പെടുത്തിട്ടു വാടാ–"

"എന്നെ കാത്ത് ഈ സീറ്റിലിരുന്നോണം. ആരുവന്നാലും എഴുന്നേ ല്ക്കരുത്."

പച്ചവെട്ടം കണ്ട് ഓട്ടംവെച്ച റെയിലുവണ്ടിയിൽനിന്നും ചാടിയിറങ്ങി ഇരുട്ടിലൂടെ മുങ്ങാംകുഴിയിട്ട് ഞാനിറങ്ങിപ്പോന്നു. വീട്ടിലെത്തി, വാതില ടച്ച്, വിളക്കുംകെടുത്തി ഉറങ്ങാൻ കിടന്ന എന്നെ അലോസരപ്പെടുത്തി

ക്കൊണ്ട് കുറ്റബോധം അതിന്റെ ദയാരഹിതമായ കല്പനകൾ പാകാൻ തുടങ്ങിയിരുന്നു. പായുന്ന റെയിലുവണ്ടിയിലെ ഇരിപ്പിടത്തിൽ പതിഞ്ഞി രിക്കുന്ന ഒരു ജോമിട്രിസാർ അടുത്തുചെന്നവരോട് വഴക്കിട്ടു.

"ഇല്ലില്ല. നീ പോടാ. ഈ സീറ്റ് എന്റെ അരുമശിഷ്യനു റിസർവ്വ് ചെയ്തിരിക്കുവാ–"

"അപ്പൂപ്പാ, ഇതോർഡിനറി കമ്പാർട്ടുമെന്റാ. നീങ്ങിയിരി."

"അതിനെന്താ. അവൻ എന്റെ മക്കളെപ്പോലെയല്ല. പെടുത്തേച്ച് ഇപ്പഴിങ്ങു വരും."

കാൽമുട്ടിലെ നീർക്കെട്ടിൽ പുരട്ടിയ മർമ്മതൈലം ഉഴിഞ്ഞുകൊണ്ട് ഞാൻ ഉറക്കത്തെ ക്ഷണിച്ചു. കപിലവസ്തുവിലെ നക്ഷത്രം, മൗര്യസാ മ്രാജ്യത്തിലെ ഒരു ചക്രവർത്തി, ഒരു എം.കെ.ഗാന്ധി തുടങ്ങിയവരുടെ ഗണത്തിൽനിന്നും തെറ്റിവീണ് വെറുമൊരു പ്രായോഗികവാദിയായി മാറേ ണ്ടിവന്ന വിഷമത്തിലാണ് ഞാനിപ്പോൾ.

എന്നാലും ഞാൻ ഒറ്റയല്ലല്ലോ. പച്ചയാം വിരിപ്പിട്ട സഹ്യന്റെ പടി ഞ്ഞാറുള്ള എല്ലാ നല്ലവരായ മലയാളികളും ഉള്ള ചേരിതന്നെയാണല്ലോ എന്റേത്. ഹന്ത! ഭാഗ്യം ജനാനാം.

സ്ഫോടകവസ്തു

ഒടുവിൽ ഏറെനാളത്തെ കാത്തിരിപ്പിനുശേഷം ആരാലും തിരിച്ച റിയപ്പെടാത്ത ഒരിടത്തേക്ക് അയാൾ ഒളിച്ചുകടന്നു. പോയകാല കാഴ്ച കൾ തേട്ടിവന്ന് അയാളുടെ കണ്ണുകളെ കലക്കിക്കളഞ്ഞു. അയാൾ സ്വയം ചോദിച്ചു:

നീ പറയൂ, മാപ്പർഹിക്കാത്ത എന്തു കുറ്റമാണ് നീ ചെയ്തത്? ഷെ. കണ്ണീരടക്കുക. നിന്റെ കണ്ണീർവീണ് അപരിചിതരുടേതായ ഈ കുന്നിൻ പുറവും ഈ ക്ഷേത്രനഗരിയും ശപിക്കപ്പെട്ടതാകും.

പക്ഷേ അയാൾ കണ്ണീർപ്രവാഹം തടഞ്ഞില്ല. ആൽത്തറയിൽ അയാൾക്കരികെ വന്നിരുന്ന ചിലർ ആശ്വസിപ്പിച്ചു.

"നിങ്ങളുടെ കഷ്ടപ്പാടെന്തായാലും ഈ ദേവനെ വിളിച്ചുപറയൂ. നൊന്തുരുകി പ്രാർത്ഥിച്ചാൽ അലിയാത്തവനല്ല ഞങ്ങളുടെ കാരുണ്യ മൂർത്തി."

"ആട്ടെ, ആട്ടെ" എന്നു തലയാട്ടുക മാത്രമാണയാൾ ചെയ്തത്. ഒരുകീറു വാഴയിലയിൽ വെള്ളച്ചോറു കൊടുത്ത ശാന്തിക്കാരനെ നോക്കി അയാൾ പുഞ്ചിരിക്കാൻ ശ്രമിച്ചു. അമ്പലപ്പറമ്പിലെ അപരിചിതന്റെ വാർത്ത കേട്ടറിഞ്ഞവരിൽ ചിലർ അയാളെ സംശയിച്ചു. മുഠാളനായൊ രുവൻ. കൊച്ചുകുട്ടിയെപ്പോലെ മോങ്ങിക്കൊണ്ടിരിക്കുമ്പോൾ അതി ലെന്തോ മായാവിദ്യയില്ലേ. പോരെങ്കിൽ കേരളം പഴേതല്ല. ഉടുമുണ്ടി നെപ്പോലും വിശ്വസിക്കരുത്.

അതേസമയം മറ്റൊരു ഭൂമിക്കോണിൽ ഒരു മകൻ ചിന്താക്ലാന്തനാ യിരുന്നു. അച്ഛന്റെ ഒളിച്ചുപോക്കിൽ ഏതൊരു മകനാണ് തകരാതിരി ക്കുന്നത്. തേടാനിടമില്ല. അച്ഛന്റെ എല്ലാ ആഗ്രഹങ്ങളും സാധിക്കാൻ അയാൾ തയ്യാറായിരുന്നതാണ്. പക്ഷെ, എങ്ങനെ സാധിക്കും. മകനും സ്വന്തമായൊരു ജീവിതമില്ലേ.

"നിങ്ങൾ പറയൂ, കൂട്ടരേ. ഞാനും ഈ സമൂഹത്തിൽ കഴിയേണ്ടേ. നാലാൾക്കൊപ്പം വിളങ്ങേണ്ടേ." മകൻ വിശദീകരിച്ചു.

കൂട്ടരേ, ഒരിക്കലും അർത്ഥമറിഞ്ഞു ചിരിക്കാൻ പറ്റാത്ത ഒരു ക്രൂര ഫലിതമാണച്ഛൻ.

അച്ഛനെക്കുറിച്ചുള്ള ആ നിർവ്വചനം സ്വീകാര്യമായപ്പോൾ കൂട്ടുകാർ കളഞ്ഞുപോയ ആ പിതാവിനെ തേടിയിറങ്ങി.

കോടമഞ്ഞു പൊതിയാൻ തുടങ്ങിയ ഒരമ്പലനഗരിയിലെ ആൽത്തറയിൽ അയാളുടെ അച്ഛനെ അവർ കണ്ടെത്തി. അവർ സുഹൃത്തിനെ ഫോണിൽ വിളിച്ചു.

"ഒടുവിൽ രണ്ടു രാവും രണ്ടു പകലും അലഞ്ഞുതിരിയേണ്ടിവന്നു, ഞങ്ങൾക്ക് നിന്റെ ക്രൂരഫലിതമാസ്വദിക്കാൻ."

അപ്പോൾ ഫലിതക്കാരൻ ആലിൻമണ്ഡയിൽ ചേക്കതേടുന്ന പക്ഷികളിൽ കണ്ണുനട്ടു കിടക്കുകയായിരുന്നു. അയാളുടെ ആ കുഴിഞ്ഞ കണ്ണുകൾ ശ്രദ്ധിച്ചില്ലേ. മുകളിലെ വൃക്ഷത്തലപ്പുകളിൽ അള്ളിപ്പിടിച്ചിരിക്കുന്നത് അയാളെ സംബന്ധിച്ചിടത്തോളം അരപൗണ്ടു വീതമുള്ള വെടിയിറച്ചിയുടെ സ്വാദുമാത്രമായിരിക്കും. സ്വന്തം മകനെ ഇത്രയധികം വേദനിപ്പിക്കുന്ന അയാൾ ഒരച്ഛനാണോ?

അവർ അയാളെ വിളിച്ചു.

"ഞങ്ങളെ അറിയുമോ?"

ഭയം വിഷപ്പല്ലുകാട്ടി തിന്നാൻ വരുന്നതുപോലെ അയാൾക്കു തോന്നി. അയാൾ കാഴ്ചമങ്ങിയവനെപ്പോലെ അഭിനയിച്ചു. അയാൾക്ക് ഓർമ്മ വന്നില്ല. വളരെ അത്യാവശ്യഘട്ടങ്ങളിൽ ഓർമ്മ വരാതിരിക്കാൻ ചിലർക്ക് അസാധാരണമായ കഴിവുണ്ടെന്ന് അവർ പറഞ്ഞു.

"പോരെങ്കിൽ നമ്മുടേതുപോലെയുള്ള ഒരു ജനാധിപത്യനിഴലിൽ ജീവിക്കുന്നവർക്ക് ഓർമ്മയുണ്ടാവാതിരിക്കുന്നതാണ് ബുദ്ധി."

അച്ഛന്റെ തിരിച്ചുവരവിനായി ഒരു മകൻ കാത്തിരിപ്പുണ്ടെന്നവർ ഓർമ്മിപ്പിച്ചു. അയൽക്കാർ ആ മകനെ തെറ്റുകാരനെന്നു വിധിച്ചുകഴിഞ്ഞു.

"അതിനു ഞാനെന്തുവേണം കുട്ടികളേ."

അയാൾ ഏകനാണെന്നും അവർ തെറ്റിദ്ധരിച്ചിരിക്കുന്നെന്നും അയാൾ ആണയിട്ടുപറഞ്ഞു. സ്നേഹിതന്റെ ദുരിതമോർത്ത് ആ കൂട്ടുകാരുടെ രക്തചംക്രമണം വേഗത്തിലായി. വലിഞ്ഞുമുറുകിയ പേശികളോടെ, തീക്ഷ്ണമായ കണ്ണുകളോടെ ക്രൂരതയുടെ ആ ശിലാമനുഷ്യനെ നോക്കിയിട്ട് അവർ തിരിച്ചുപോയി. അവർ സുഹൃത്തിന്റെ മുമ്പിൽ നിസ്സഹായരായിരുന്നു. അയാളുടെ ജീവിതത്തിന്റെ അരികുകളിൽ അങ്ങനെയൊരച്ഛന്റെ ആവശ്യമെന്തെന്നവർ പേർത്തും പേർത്തും ചോദിച്ചു.

ഉള്ളിലെ ദുഃഖത്തിന്റെ കടൽ പൊലീസ് സ്റ്റേഷനിൽ പ്രദർശനത്തിനുവച്ചിട്ട് ആ മകൻ വിശദീകരിച്ചു.

"സർ, ഇതാണെന്റെ ദുഃഖത്തിന്റെ അഗാധത. എന്റെ അച്ഛൻ പുറ

പ്പെട്ടുപോയിരിക്കുന്നു. അദ്ദേഹത്തെ എനിക്കു തിരികെ കിട്ടണം."

ഒന്നും സമയത്തിനു പുറപ്പെടാത്ത ഒരു നാട്ടിൽ ഒരച്ഛൻ എപ്പോൾ പുറപ്പെട്ടുപോയെന്ന ചോദ്യത്തിന്റെ പ്രസക്തിയെക്കുറിച്ചോർത്ത് ഇൻസ്പെക്ടർ എല്ലാം കേട്ടിരുന്നു.

"പോയവർ പോട്ടെ എന്നാണെന്റെ മതം. എങ്കിലും ഒരു പരാതി തന്നേക്കൂ. അതാണതിന്റെ ചിട്ട."

ചിട്ട നടപ്പാക്കാൻവേണ്ടി മാത്രമായി കേസ് ഫയലിൽ സ്വീകരിച്ചു. ദുഃഖം കൊടുമുടി കയറിയതിനാൽ മകൻ പൊലീസുകാരെ നിരന്തരം അലട്ടിക്കൊണ്ടിരുന്നു.

എത്ര ലളിതമായിരുന്നു അയാളുടെ ആവശ്യം. അമ്പലനഗരിയിലെ ആൽത്തറയിൽ പിണങ്ങി ഉറങ്ങുപോയ അച്ഛനെ തിരികെ കിട്ടണം. പലായനംചെയ്ത അച്ഛനാകട്ടെ പൊലീസുകാരുടെ ചോദ്യങ്ങൾക്കെല്ലാം നിഷേധാർത്ഥത്തിൽ ഉത്തരമേകിയിട്ട് പഴഞ്ചൻ എയർബാഗും പുണർന്ന് കണ്ണുപൂട്ടിക്കിടന്നു. അയാൾ ഇടയ്ക്കിടെ കണ്ണു പാതി തുറന്നുകൊണ്ടു നിലവിളിച്ചു; എന്നെ കൊല്ലാൻ കൊടുക്കല്ലേ.

ദൈവം എപ്പോഴും സത്യത്തിലേക്കു വഴിതുറക്കാനുള്ള ഒരു തുമ്പ്, ഒരു കരുതൽ സൂക്ഷിക്കും എന്നാണ് വിശ്വാസം. അച്ഛന്റെ കിടപ്പുമുറി അരിച്ചുപെറുക്കിയപ്പോൾ മകന് അങ്ങനെയൊന്നു കിട്ടി. മുഷിഞ്ഞ പുറം ചട്ടയുള്ള ഒരു ചുവന്ന ഡയറി. കാണാതായ അച്ഛന്റെ ഡയറി എഡിറ്റു ചെയ്യേണ്ടത് മക്കളുടെ കടമയാണ്. അതയാൾക്കറിയാം. വടിവൊത്ത അക്ഷരങ്ങൾ വിതച്ചിരുന്ന അതിലെ ചില പേജുകൾ വലിച്ചുകീറി അയാൾ തീയിലിട്ടു. ശേഷിപ്പുമായി അയാൾ വീണ്ടും പൊലീസ് സ്റ്റേഷനിലേക്കു കടന്നുചെന്നു. തുടർച്ച നഷ്ടപ്പെട്ട തീയതികളിലൂടെ ഇൻസ്പെക്ടർ വായിച്ചുകൊണ്ടിരുന്നു. കുത്തഴിഞ്ഞ ഒരു ജനുവരി മൂന്നിലെ കുറിപ്പിൽ–

"ഞാൻ ജബ്ബാറിനെ വീണ്ടും കണ്ടുമുട്ടി. പത്തുവർഷംകൊണ്ട് വിധി അവന്റെ സ്വപ്നങ്ങളെ അട്ടിമറിച്ചുകളഞ്ഞു. ഇങ്ങനെ മറവിയിൽ നഷ്ട പ്പെട്ടുപോയ എത്രയോ മനുഷ്യർ തിരികെ വരാൻ കിടക്കുന്നു. കറുത്ത കാലത്തെ തുരത്താൻ ഒരിക്കൽ ഓടിനടന്ന ആ പടപ്പാട്ടുകാരൻ ഇന്ന് ഒരു പേക്കോലംപോലെ."

പൊലീസ് മേധാവിയുടെ കൈയിലിരുന്ന് കുത്തഴിഞ്ഞ ആ ഡയറി വിറച്ചു. ഏതെങ്കിലും തീവ്രവാദകേസുകളിലെ അന്വേഷണത്തിന് പുതിയ വഴിതെളിക്കാൻ ആ മുഷിഞ്ഞ കടലാസുകൾക്കാവുമെന്ന് അയാൾ വിശ്വ സിച്ചു. അയാൾ സ്വയംചോദിച്ചു.

'ഒളിച്ചോടിയവന് ഈ ജബ്ബാറുമായുള്ള ബന്ധമെന്ത്? തീവ്രവാദ പ്രവർത്തനങ്ങൾക്ക് ഫണ്ടുശേഖരണം നടത്തിയത് ആരായിരിക്കും? പക്ഷെ ഈ ജബ്ബാറിന്റെ നിജമെന്ത്? അയാൾ എത്ര സ്ഫോടനങ്ങളിൽ സൂത്രധാരനായിട്ടുണ്ട്? എല്ലാം ഒന്നേന്നു തുടങ്ങേണ്ടിയിരിക്കുന്നു.'

അയാളുടെ ഇടമുറിയാത്ത ചിന്താപ്രവാഹത്തിൽ ഒളിച്ചോടിയവന്റെ മകൻ നീന്തിത്തുടിച്ചു.

'ഡയറിയിലെ ബാക്കി പേജുകൾ എവിടെ?'

അച്ഛന്റെ പ്രവൃത്തികളെക്കുറിച്ച് മകന് ഏറെയൊന്നും അറിഞ്ഞു കൂടായിരുന്നു. ചെറുപ്പംമുതലേ ഒരാളെ അച്ഛനെന്നു വിളിച്ചു. അമ്മ അതിനു പ്രോത്സാഹിപ്പിച്ചിരുന്നു. അയാളാണ് അമ്പലപ്പറമ്പിൽ ഉറങ്ങു കൂടിയിരിക്കുന്നത്. അയാൾ ഒരു ദേശദ്രോഹിയാണെങ്കിൽ മകന് അയാളെ വേണ്ട.

കോടതി കണ്ണുപൊത്തിയില്ല. അമ്പലപ്പറമ്പ് പൊലീസ് വളഞ്ഞു. ബോംബുസ്ക്വാഡും ഫയർഫോഴ്സും എത്തിച്ചേർന്നു. ആലിലകളുടെ നൃത്തമാസ്വദിച്ച് ഉറങ്ങിപ്പോയ ഭീകരൻ യുദ്ധസന്നാഹം കേട്ടു ഞെട്ടി ഉണർന്നു. പൊലീസ് തലവൻ വിളിച്ചറിയിച്ചു:

"എയർബാഗിലെ ബോംബ് അവിടെ ഉപേക്ഷിച്ച് മുന്നോട്ടുവന്ന് കീഴ ടങ്ങുകയാണ് നല്ലത്."

ഭീകരൻ ആദ്യം അന്ധാളിച്ചു. അയാൾ ബാഗു കെട്ടിപ്പിടിച്ചു കിടന്നു. മെല്ലെ മെല്ലെ അടുത്തേക്കു നടന്നടുക്കുന്ന ബൂട്ടുകളണിഞ്ഞ കാലുക ളുടെ ഇരട്ടസംഖ്യയുടെ പെരുക്കപ്പട്ടിക അയാളെ ഭയപ്പെടുത്തി. അപ്പോൾ തലവൻ ഉറക്കെ ചോദിച്ചു:

"ജബ്ബാറെവിടെ? കീഴടങ്ങിയാൽ നിങ്ങളെ മാപ്പുസാക്ഷിയാക്കാം."

ഭീകരൻ പൊട്ടിച്ചിരിച്ചു.

"മാറിപ്പോ. ഞാനിതിലെ സ്ഫോടകവസ്തു പൊട്ടിക്കാൻ പോകുന്നു."

ഭീകരൻ ബാഗുംതൂക്കി മുമ്പോട്ടാഞ്ഞുനടന്നു.

"ഒറ്റയെണ്ണം അനങ്ങരുത്. ഭസ്മമാക്കിക്കളയും."

അയാൾക്കു കടന്നുപോകാൻ പാകത്തിൽ ആൾക്കൂട്ടവും പൊലീസും ഓടിയകന്നുകൊടുത്തു. അയാൾ നടത്തയ്ക്കു വേഗംകൂട്ടി. ജീപ്പുകളും ആളുകളും അയാളെ അനുഗമിച്ചു. അയാൾ തിരിഞ്ഞുനിന്നു. ബാഗുതുറന്ന് കുറെ ഉടുപ്പുകളും മുണ്ടുകളുമെടുത്ത് പുറത്തിട്ടു. ബാഗി നകത്തിട്ട കൈ പുറത്തെടുക്കാതെ അയാൾ വിളിച്ചുപറഞ്ഞു:

"മാറിക്കോളിൻ. ഒടുവിൽ ഞാനീ ബോംബു പൊട്ടിക്കാൻതന്നെ തീരു മാനിച്ചു. എനിക്കിനി ഇതുംപേറി ജീവിക്കാനാവില്ല. ഈ ബോംബിനു വേണ്ടി ജീവിച്ചു മതിയായെനിക്ക്."

"അതിനുമുമ്പ് പറയൂ... ആരായിരുന്നു ജബ്ബർ?"

ഭീകരൻ പൊട്ടിച്ചിരിച്ചു. അയാൾ മുമ്പോട്ടു നടന്നു:

"ആരും അതിബുദ്ധി കാണിക്കരുത്. എന്റെ പുറകെ വന്നാൽ മതി."

ഒരു നീണ്ട ജാഥ കിലോമീറ്ററുകൾ താണ്ടി, വരണ്ടുണങ്ങിയ നദിക്കു കുറുകെയുള്ള പാലത്തിനു താഴെ അതവസാനിച്ചു. അവിടെ ചാക്കുമറ ച്ചുണ്ടാക്കിയ താല്ക്കാലിക ഷെഡ്ഡിലേക്ക് അയാൾ കയറി.

"ഇതാ എന്റെ ഗുരു. ഭീകരവാദത്തിന്റെ ആചാര്യൻ എന്നു നിങ്ങൾ പറഞ്ഞവൻ. കണ്ണു കാഴ്ചയില്ലാതായിട്ട് പത്തു വർഷമായി. തൂക്കിയെ ടുത്തു ജയിലിലടയ്ക്കൂ..."

ഭീകരന്റെ കൈയിൽനിന്നും സ്ഫോടകവസ്തുവടങ്ങിയ ബാഗുത ട്ടിയെടുത്ത് ബോംബുസ്ക്വാഡിലൊരുവൻ പുറത്തേക്കോടി.

"അതിങ്ങു തരൂ..."

ബോംബു നിർവ്വീര്യമാക്കാനായി പാലത്തിൽനിന്നും ദൂരേക്കു മാറ്റി ക്കൊണ്ടുപോയി. രണ്ടു പൊലീസുകാർ ബലിഷ്ഠഹസ്തങ്ങളിൽ തൂക്കി യെടുത്ത് ഭീകരനെ ജീപ്പിലേക്കു വലിച്ചിട്ടു വിലങ്ങുവെച്ചു. ബോംബു നിർവ്വീര്യമാക്കുന്നതിനായി ആദ്യം ബാഗിലേക്കു വെള്ളം ചീറ്റിക്കൊണ്ടി രുന്നു. ഭീകരൻ കരഞ്ഞുവിളിച്ചു:

"അരുതേ... നനഞ്ഞുപോയാൽ അതു പിന്നെ ഉപയോഗശൂന്യമാകും."

അയാളുടെ മകൻ നാണക്കേടോടെ വിളിച്ചുപറഞ്ഞു:

"അതങ്ങ് കടിച്ചുപൊട്ടിച്ചു മരിച്ചൂടായിരുന്നോ ദുഷ്ടച്ഛാ, നിങ്ങൾക്ക്?"

സ്ഫോടകവസ്തു പൊതിഞ്ഞിരുന്ന വർത്തമാനപത്രം പിഞ്ഞിമാ റിയപ്പോൾ ബോംബുസ്ക്വാഡ് ഗൗരവത്തോടെ പറഞ്ഞു:

"ഉഗ്രൻ സ്ഫോടകശക്തിയുള്ള ഒന്നായിരുന്നു അത്. ഇനി ആരും ഭയക്കേണ്ടതില്ല."

ഒരാൾ അതെടുത്ത് ആൾക്കൂട്ടത്തിനു നേരേ ഉയർത്തിക്കാണിച്ചു.

അതയാളുടെ പുത്രന്റെ ചില്ലിട്ട ചിത്രമായിരുന്നു.

മറവി

രാലക്കൻ നഗറിൽനിന്നും പതിനേഴു നാഴിക തെക്ക് വന്യവും വിജനവുമായ ഒരുൾപ്രദേശത്താണ് സാകേത് ഹൗസിങ് കോംപ്ലക്സ്. മാനത്തുനിന്നു നോക്കിയാൽ ഒരു വലിയ സൂര്യകാന്തിപ്പൂ വിടർന്നു നില്ക്കുന്നതുപോലെയും ഭൂമിയിൽനിന്നു നോക്കിയാൽ കറങ്ങുന്ന ഒരു കളിപ്പമ്പരംപോലെയും അതു കാണായി. ആ കളിപ്പമ്പരത്തിന്റെ താഴത്തെ നിലയിലെ എട്ടു ദിക്കിലേക്കുമായി നോട്ടമെറിഞ്ഞുനില്ക്കുന്ന എട്ടു ഫ്ളാറ്റുകളിലൊന്നുകൂടി വിറ്റുപോയിരിക്കുന്നു.

നഗരത്തിലെ ചളിക്കുണ്ടിൽനിന്നും, ദുഷിച്ച വായുവിൽനിന്നും വിടു തൽ വാങ്ങിപ്പോന്നതിന്റെ ഉണർവ്വ് പുതിയ താമസക്കാരിയെയും മക്ക ളെയും ആവേശംകൊള്ളിച്ചു. പുതുവീടിന്റെ ഉള്ളറയിൽ ഒരു മൃഗത്തെ പ്പോലെ ശബ്ദം പുറപ്പെടുവിച്ചുകൊണ്ട് പകലുറക്കം തുടങ്ങിയ ഭർത്താ വിനെയോ ഉച്ചച്ചൂടിനെ അവഗണിച്ച് സ്വിമ്മിംഗ് പൂളിലേക്കു ചാടിവീണ മക്കളെയോ ശ്രദ്ധിക്കാതെ അവർ ആ വീടിന്റെ ഓരോ മുക്കും മൂലയും തൊട്ടും തലോടിയും നടന്നു.

– ഈ ആർക്കിടെക്ചർ സമ്മതിക്കണം.

അവൾ ഭംഗിയായി അടുക്കിവെച്ച പാത്രങ്ങൾ തട്ടി വീഴുകയും അടു ക്കളച്ചുമരിലെ ഒഴിഞ്ഞ കോണിലുള്ള ചെറുദ്വാരത്തിലൂടെ ഒരു കൈ അവളെ മാടിവിളിക്കുകയും ചെയ്തു.

"മേശരീ എനിക്കു വിശക്കുന്നു."

അതുകേട്ട് അവൾ ഉന്മാദിനിയെപ്പോലെ ആർത്തുവിളിച്ചു.

"ഭൂതം... ഭൂതം... ഈ ഭിത്തിക്കുള്ളിൽ ഭൂതമുണ്ടേ."

ഞെട്ടിയുണർന്ന അവളുടെ ഭർത്താവ് സിദ്ധൻ ജപിച്ചുനല്കിയ അത്ഭുതയന്ത്രവുമായി അടുക്കളയിലേക്കോടിച്ചെന്നു. അതിന്റെ ദിവ്യത്വം ഭാര്യയുടെ നെറ്റിക്കുനേരേ പിടിച്ചുകൊണ്ട് അയാൾ ശാസനാസ്വരത്തിൽ

ആവശ്യപ്പെട്ടു.

"ദുഷ്ടശക്തികളെ, പിണിയാളെ, വിട്ടൊഴിയൂ."

ഇടങ്കൈകൊണ്ട് യന്ത്രം തട്ടിമാറ്റി അവൾ വീണ്ടും ഉന്മാദിനിയായി.

"ഈ അടുക്കളഭിത്തിയിൽ മനുഷ്യരുണ്ട്. അല്ലെങ്കിൽ തുറന്നു നോക്ക്."

അയാൾ ഭിത്തിയിൽ ചെവിവച്ച് സ്വയം മറന്നതുപോലെ നിന്നു.

"അതെ മനസ്സിലാക്കാനാവാത്ത ഭാഷയിൽ സംഗീതം കേൾക്കു ന്നുണ്ടോ എന്നു സംശയം. സിംഹമോ മറ്റോ അലറുന്നുണ്ടോ? സമയ ക്ലിപ്തത നഷ്ടപ്പെട്ട ഒരു ഘടികാരത്തിന്റെ സ്പന്ദനവും കേൾക്കാം."

അയാൾ തലയറഞ്ഞു ചിരിച്ചുപോയി. പക്ഷെ അയാളുടെ കളിയാ ക്കലുകളെ അതിജീവിച്ച് അവളുടെ സംഭ്രമം ആ ഫ്ളാറ്റിന്റെ വെളിയി ലേക്കു പറന്നുപോയി. ചായംതേച്ചു ലാവണ്യവതിയായി ആകാശത്തെ തൊട്ടുനിൽക്കുന്ന ആ ബഹുനിലമന്ദിരത്തിലെ വിറ്റുപോയ എൺപത്തി നാലു ഫ്ളാറ്റുകളിലെ മനുഷ്യരും ആ അടുക്കളയിലേക്കു ചെന്നു. അവ രോരോരുത്തരും അപ്പോൾ മരിച്ചുപോയ അവരുടെ അടുത്ത ബന്ധു വിന്റെ മുഖത്തെന്നപോലെ ആ ഭിത്തിയിൽ ചെവിയും കവിളും ചേർത്തു വച്ചു വിസ്മയചിന്തകൾ വളച്ച പുരികങ്ങളോടെ കയറിയിറങ്ങിപ്പോയി.

ആ ഹൗസിംഗ് കോംപ്ലക്സിന്റെ ഉടമയും ആ കാനനമണ്ഡല ത്തിന്റെ പാർലമെന്റംഗവുമായ മാന്യനെത്തി യുദ്ധരംഗത്തെ സവ്യസാ ചിയായി ചിരിയമ്പുകൾ നാലുപാടുമെയ്ത് തൊഴുതുനിന്നു. എന്നിട്ട് തന്റെ പുറകെ മണത്തുനടക്കുന്ന സേനാതലവന്റെ കറുത്ത കോട്ടിലെ മെഡലിൽനോക്കി ഉത്തരവിട്ടു.

"ആൾക്കൂട്ടം ഒഴിഞ്ഞുപോകാൻ പറ. വേണമെങ്കിൽ വെടിവെച്ചോ."

ഹിന്ദിയിലും നാട്ടുഭാഷയിലുമുള്ള കല്പനകൾ ചീറിപ്പാഞ്ഞു. ദൈവഭയക്കാർ ഫ്ളാറ്റുകളിലേക്കോടിക്കയറി തണുത്ത മാർബിളിന്റെ ഇരുണ്ട തറകളിൽ മുഖം ചേർത്തുവെച്ച് എലിക്കുഞ്ഞുങ്ങളെപ്പോലെ ശ്വസിച്ചുകിടന്നു. മെഷീൻ ഗണ്ണുകൾ ഒന്നും ചെയ്യില്ലെന്നു വിശ്വസിച്ച നാസ്തികരായ കാണികൾ അടുക്കളച്ചുമരിലെ അത്ഭുതം സാകൂതം നോക്കിനിന്നു. തീർത്തും ഒന്നര മണിക്കൂറിന്റെ ആലോചന കഴിഞ്ഞ് സാകേത് ഹൗസിംഗ് കോംപ്ലക്സിലേക്ക് പ്രസ്സുകാരെ വിളിച്ചുവരുത്തി.

ആ ഫ്ളാറ്റിന്റെ ഉൾഭാഗം ഒരു ചന്തയായി രൂപാന്തരം പ്രാപിച്ചു. നാലു ദിക്കിൽനിന്നും അവിടേക്കു വെളിച്ചവും ആരവങ്ങളും ആക്രോശ ങ്ങളും കണ്ണീരും കയറിച്ചെന്നു. ടി.വി.ചാനലുകാരും പത്രലേഖകരും എത്തിയപ്പോഴേക്കും വിദഗ്ധനായ ഒരു ഗൈനക്കോളജിസ്റ്റിന്റെ മുഖഭാ വത്തോടെ ഒരു മുന്തിയ മേസ്തിരി ഭിത്തിയിൽ ചുറ്റിക പ്രയോഗിച്ചുക ഴിഞ്ഞിരുന്നു. അടുക്കളച്ചുമർ അതുവരെ ധരിച്ചുനിന്ന വിങ്ങലുകളോടെ തകർന്നുവീണു. ചുവന്ന ഇഷ്ടികപ്പൊടിയിൽ പൊതിഞ്ഞ് കറുത്തിരുണ്ട ഒരു രൂപം പ്രത്യക്ഷപ്പെട്ടു. അയാൾ തുരുമ്പിച്ച ഒരു പേനാക്കത്തി ഉയർത്തിക്കാട്ടി.

"ആരും അടുക്കരുത്. എനിക്കിനി ക്ഷമിക്കാൻ വയ്യാ."

"എന്താണിങ്ങനെ? നിന്നെ ഞങ്ങൾ രക്ഷിക്കുകയയല്ലേ?"

"അല്ല. കലാപം തീരട്ടെ."

കലാപം കെട്ടടങ്ങുകയും കൊല്ലപ്പെട്ടവരെ ബന്ധുക്കൾപോലും വിസ്മരിക്കുകയും ചെയ്ത വിവരം അറിയാത്ത ആ പാവത്തെ നോക്കി കാണികൾ ചിരിച്ചു. ആ അത്ഭുതജീവിയുടെ മെല്ലിച്ച ശരീരം ആലില പോലെ വിറയ്ക്കുകയും ആൾക്കൂട്ടത്തിൽനിന്നും രക്ഷപ്പെടാനായി അയാൾ അടുക്കളഭിത്തിയിലെ വിടവിലൂടെ വീണ്ടും അന്ധകാരത്തി ന്റെയും ദുർഗന്ധത്തിന്റെയും സംരക്ഷണയിലേക്കു നൂണിറങ്ങിപ്പോവു കയും ചെയ്തു. അവിടേക്ക് ശക്തിയേറിയ വെളിച്ചം പ്രവഹിപ്പിച്ചു കൊണ്ട് രക്ഷാപ്രവർത്തകർ അയാളെ പുറംലോകത്തേക്കു ക്ഷണിച്ചു.

"ഞാനിവിടെക്കിടന്നു മരിച്ചോളാം."

അയാൾ എം.പി.യുടെ പേരുവിളിച്ചു.

"സർ, ലഹളയ്ക്കിടയിൽ നിങ്ങൾ ഈ ചതുപ്പിൽ കുഴിച്ചുമൂടിയ വരെ മറന്നുവോ?"

അടുക്കളയിൽനിന്നും അവിശ്വാസത്തിന്റെയും അമ്പരപ്പിന്റെയും ആരവങ്ങളുയർന്നു. വെള്ളിവെളിച്ചത്തിൽ അയാളെ വിളിച്ചുവിളിച്ച് ധീര ന്മാരായ രണ്ടുപേർ അടുത്തുചെന്നു. എതിർത്തുനില്ക്കാൻ ആരോഗ്യ മില്ലായിരുന്ന അയാളെ ഒരു കൊച്ചുകുഞ്ഞിനെപ്പോലെ എടുത്തുകൊണ്ട് അവർ പുറത്തുവന്നു.

ആശുപത്രിക്കിടക്കയിൽ അയാൾ ഉറങ്ങി. ഉണർന്നപ്പോൾ പൊലീ സുകാരെക്കണ്ട് അയാൾ ഞെട്ടി. കൈ തൊഴുത് തലയ്ക്കു മുകളിൽ കവചം തീർത്തുകൊണ്ട് അയാൾ യാചിച്ചു.

"കൊല്ലല്ലേ... എന്നെ... എന്റെ അമ്മയെ കൊന്നതുപോലെ..."

മുറിയിൽ മറ്റാരും ഇല്ലെന്നുറപ്പുവരുത്തിയിട്ട് പൊലീസുകാരൻ സൗമ്യഭാവത്തിൽ പ്രതിവചിച്ചു.

"കലാപം കഴിഞ്ഞതു നിന്റെ ഭാഗ്യം. എങ്കിലും ഞങ്ങൾ അന്നു ചെയ്തതൊന്നും നീ കണ്ടിട്ടും കേട്ടിട്ടുമില്ല. നീ ആരാണ്. നിനക്കു പോലും അറിയില്ല. ഓർമ്മ നഷ്ടപ്പെട്ട ഒരുവൻ. കോടതിയിൽ അത്ര യുമേ ആകാവൂ. എന്നാൽ ജീവിക്കാം."

അടുക്കളഭിത്തിയിൽനിന്നും ജന്മംകൊണ്ടവനെ കാണാനെത്തിയ ഒരു കിഴവൻ ഉറക്കെ വിളിച്ചുകുവി.

"ന്റെ മകനേ... അവർ നിന്നെ ജീവനോടെ കുഴിച്ചിട്ടതെന്തിന്. ദ്രോഹികൾ."

ഒരുവൻ വൃദ്ധന്റെ പിൻകഴുത്തിൽ പിടിച്ചുഞെക്കിക്കൊണ്ട് സ്നേഹ പൂർവ്വം വിളിച്ചു.

"അപ്പൂപ്പാ. നിങ്ങളുടെ മകനല്ലിത്. നിങ്ങൾക്കു ഭാര്യയും മകനുമി ല്ലെന്നു കോടതിയിൽ സത്യവാങ്മൂലം കൊടുത്തിട്ടുള്ളത് മറന്നോ."

"അതുവ്വോ! ഞാനൊരു മഹാപാപി."

കിഴവൻ എങ്ങോട്ടോ ഇറങ്ങിയോടി.

വാർത്താലേഖകരുടെ ചോദ്യങ്ങൾക്കുമുമ്പിൽ അത്ഭുതജീവി മറവി അഭിനയിച്ചു.

"നിങ്ങളുടെ പേരെന്താണ്?"

"അതാണ് ഞാനും ആലോചിക്കുന്നത്."

അയാൾ പൊലീസുകാരനെ നോക്കി. പൊലീസുകാരന്റെ വെള്ള ക്കണ്ണുകളിലെ ചുവന്ന നൂലുകൾ ഇളകിയാടി. പുറത്ത് ആരവം കേട്ടു. തുറന്നുകിടന്ന ജനാലകളിലൂടെ ഓരോരോ ആയുധങ്ങൾകാട്ടി ആരൊ ക്കെയോ അയാളുടെ മറവിയെ പ്രോത്സാഹിപ്പിച്ചുകൊണ്ടിരുന്നു.

"ബലേ ഭേഷ്"

പക്ഷേ, മനസ്സു തുറപ്പിക്കാനുള്ള തന്ത്രം പഠിച്ച ഒരു പത്രപ്രവർത്ത കൻ അയാളെ തൊട്ടുതൊട്ടുനിന്നു. അത്ഭുതജീവി ഏതോ ഒരുനിമിഷം ആത്മനിയന്ത്രണം നഷ്ടപ്പെട്ട് കഥ പറയാൻ തുടങ്ങി. കലാപകാലത്ത് ഒരു രാത്രിയിൽ ശവവണ്ടിയിൽ യാത്രചെയ്ത കഥ. ചതുപ്പിലേക്കുത ള്ളിയ ശവങ്ങൾക്കുമീതേ നാലുപാടുനിന്നും മണ്ണുതിർന്നുവീഴാൻ തുടങ്ങി. ബുൾഡോസറുകൾ കുത്തിയിളക്കിയ മണ്ണിന്റെ ദിവ്യഗർഭത്തി ലാണ്ട ശവങ്ങൾക്കു ചുറ്റുമായി ആ രാത്രിതന്നെ ഫ്ളാറ്റിന്റെ അസ്തി വാരമുയർന്നു. ശവവാഹനത്തിൽ അയാളോടൊട്ടിക്കിടന്ന ഒരു ശവം അയാളുടെ അമ്മയുടേതായിരുന്നു. ഇരുളിന്റെ മറവിൽ ഇറങ്ങിയോടി അയാൾ പൊന്തക്കാട്ടിലൊളിച്ചു. അയാളുടെ സഹനശക്തിയെ വിശപ്പ് കീഴ്പ്പെടുത്തി. അടുത്ത രാത്രിയിൽ കാട്ടിൽനിന്നും ഇഴഞ്ഞിഴഞ്ഞ് ഭക്ഷണം കഴിച്ചുകൊണ്ടിരുന്ന ഏതാനും തൊഴിലാളികളെ സമീപിച്ചു. ഒരു റൊട്ടിയും വെള്ളവും ചോദിച്ചിട്ട് അയാൾ തളർന്നുവീണു. ഫ്ളാറ്റു പണിക്കാർ അയാളെ ഒരു രഹസ്യമുറിയിലാക്കി. അയാൾക്കു ചുറ്റും ഭിത്തി കെട്ടിപ്പൊക്കി. ഭക്ഷണവും ഭയവും കൃത്യമായി കൊടുക്കാൻ ഭിത്തിയിൽ ദ്വാരമിട്ടു. പക്ഷെ പണിതീർത്ത് പിരിഞ്ഞുപോകുമ്പോൾ അവർ അയാളെ സൂക്ഷിച്ചിരുന്ന രഹസ്യമുറിയുടെ കാര്യം മറന്നുപോ യിരുന്നു.

പത്രപ്രവർത്തകരുടെ പ്രോത്സാഹനത്തിൽ അയാൾ എല്ലാം പറ യാൻ തുടങ്ങി. അയാൾ പരിസരം മറന്നു. ആശുപത്രിവരാന്തയിൽനിന്നും ആക്രോശങ്ങളും ഭീഷണിയും ഉയർന്നുകൊണ്ടിരുന്നു.

"അതു സാരമില്ല. എല്ലാം തുറന്നുപറയൂ. കൊലയും കൊള്ളയും നേരിൽ കണ്ടവനാണ് നിങ്ങൾ. എല്ലാം പുറത്തുവരട്ടെ. പേടിക്കേണ്ടാ."

പറയേണ്ടതെങ്ങനെയെന്ന് മനസ്സിലുറപ്പിച്ച് അയാൾ ആവേശ ത്തോടെ മുന്നോട്ടാഞ്ഞ് കണ്ണടച്ചിരുന്നു. അയാൾ അടുത്ത വാചകം പറ യുംമുമ്പുതന്നെ വാർത്താലേഖകന്റെ മേലേക്ക് ആരൊക്കെയോ ചാടി വീണു. പിന്നെ ആകെ മറവി ബാധിച്ചു.

ഭ്രാന്ത് അഥവാ ശുഭയാത്ര

ചാമുണ്ഡിക്കുന്നുകൾ എങ്ങും ദൃശ്യമല്ല. ഡിസംബറിലെ ഈ തണുത്തപ്രഭാതത്തിൽ കുന്നുകൾ എങ്ങോട്ടോ മാറിപ്പോയിരിക്കും. ഇന്നലെ സന്ധ്യയ്ക്കുവരെ ആ ദിശയിലുണ്ടായിരുന്ന കുന്നുകൾ ഇന്നെ വിടെ പോയിമറഞ്ഞു.

ഇങ്ങോട്ടുപോരുമ്പോൾ ഭൂപാലൻസാറും എന്നോടൊപ്പമുണ്ടായിരുന്നു. ഇൻസർവ്വീസ് ട്രെയിനിങ് നേടി കുറെക്കൂടി നന്നായി ജോലിചെയ്യാനുള്ള അദ്ദേഹത്തിന്റെ താല്പര്യം സഹപ്രവർത്തകരായ ഞങ്ങൾക്കു തമാശ യായിരുന്നു.

ഒട്ടും സഹൃദയനല്ലാത്ത, മർക്കടമുഷ്ടിക്കാരനായ ഒരു മേലാധികാ രിയോടൊപ്പം ഒരു തീവണ്ടി യാത്ര, ഒരു മാസത്തെ ട്രെയിനിങ്. എനി ക്കൊന്നും സങ്കല്പിക്കാൻകൂടി കഴിഞ്ഞില്ല.

തീവണ്ടി മുറിയിൽ സംഗീതത്തിന്റെ മണമുള്ള കാറ്റടിക്കുന്നെന്നു ഭൂപാലൻസാർ പറഞ്ഞപ്പോൾ അടുത്തിരുന്ന യാത്രക്കാർ ആദരവോടെ നോക്കി. എതിരെയിരുന്ന വൃദ്ധന് ചിരിയാണു വന്നത്. ഞാനും ആ ചിരി യിൽ പങ്കുചേർന്നു. പരിചയപ്പെട്ടതിനുശേഷം ആദ്യമായി ഞാൻ ഭൂപാ ലൻസാറിനോടൊരു തമാശയും പറഞ്ഞു.

"സാർ, ടോയ്‌ലറ്റുറും തുറന്നു കിടക്കുന്നതായിരിക്കും, ആവണം."

ഞങ്ങൾ ഓഫീസിലല്ലെന്നും ഒരു തീവണ്ടി മുറിയിൽ മുരളുന്ന കാറ്റിൽ രസിച്ചിരിക്കുകയാണെന്നും ഓർത്തുകൊണ്ടാണ് ഞാനങ്ങനെ പറഞ്ഞത്. അപ്രതീക്ഷിതമായിരുന്നു അദ്ദേഹത്തിന്റെ പ്രതികരണം.

"നിന്റെയൊക്കെയൊപ്പം ജോലിചെയ്യേണ്ടിവന്നതുതന്നെ എന്റെ കാലക്കേട്."

കോപം നിയന്ത്രിക്കാൻ ഞാൻ ഏറെ പാടുപെട്ടു. ഓഫീസിലെ ശല്യം സഹിക്കാവുന്നതല്ല. ഇപ്പോൾ ഒന്നിച്ചൊരു ട്രെയിനിങും അതി

നായൊരു ട്രെയിൻ യാത്രയും.

ഞങ്ങൾ പാവപ്പെട്ട ഗുമസ്തന്മാർ പ്രശ്നങ്ങളെ തലനാരിഴകീറി വ്യാഖാനിച്ച്, നിയമപുസ്തകങ്ങളുടെ പിൻബലത്തോടെ കുറിപ്പുകൾ തയ്യാറാക്കി അധികാരിക്കു സമർപ്പിക്കുന്ന ഫയലുകൾക്കുമേൽ അടയി രുന്ന്, ഒടുവിൽ ദുർവ്യാഖ്യാനം നടത്തി, ഒടുങ്ങാത്ത എതിർ നിഗമന ങ്ങളോടെ തിരിച്ചുവിടുന്നയാളാണ്.

സംഗീതപ്രിയനെന്നാണല്ലോ ഭാവം. പ്രശസ്തനായ സംഗീതജ്ഞന്റെ വലിയവീട്ടിൽ വാടകയില്ലാതെ കഴിയാൻ അവസരം കിട്ടിയതുകൊണ്ടു മാത്രമല്ല താങ്കൾ സംഗീതാരാധകനായത്. ജീവനില്ലാത്ത ഫയലുകളെ, അക്ഷരത്തെറ്റുകളെ, കാലപ്പഴക്കംകൊണ്ടു നിലനില്പില്ലാതായ നിയമ ങ്ങളെയൊക്കെയല്ലാതെ വൈകിപ്പിറന്ന ഇരട്ടക്കുട്ടികളെ നിങ്ങൾ സ്നേഹി ക്കുന്നുണ്ടോ? കുട്ടികളില്ലാത്ത കാലത്ത് അവർ വളർത്തിയ പൂച്ചകളുടെ പിൻതലമുറക്കാർ, 'അച്ഛാ' എന്നു വ്യക്തമായി കേൾക്കാവുന്നവിധം വിളി ക്കുന്ന പശുക്കുട്ടി. ഇതെല്ലാം ഉപേക്ഷിച്ച് നിങ്ങളെന്തിനു ഒറ്റയ്ക്കു താമ സിച്ചു? ഓഫീസായിരുന്നല്ലോ നിങ്ങൾക്കെല്ലാം. അവിടെ പറ്റിക്കുടിയി രുന്ന് നിങ്ങൾ രക്തമൂറ്റിക്കുടിച്ചു കൊന്ന എത്രയെത്ര ജന്മങ്ങളുണ്ട്. നിങ്ങൾക്കറിയുമോ സാധാരണക്കാർക്കിടയിൽ നിങ്ങൾക്ക് ഒരു നല്ല പേരു ണ്ട്. കുളയട്ട. രസമാവുന്നു. ഇല്ലേ. രണ്ടുവർഷം കഴിഞ്ഞു പെൻഷൻ പറ്റിയാൽ പിന്നെ നിങ്ങളെങ്ങനെ ഓഫീസ് ഭരിക്കും. അപ്പോഴെങ്കിലും ആ സാധിയായ സ്ത്രീയെയും, ആ ഇരട്ടക്കുട്ടികളെയും കുറിച്ചു ചിന്തിക്കണം സാർ. കിട്ടുന്ന ശമ്പളം അധികമെന്നു രാവും പകലും ഓഫീസുമായി കഴി യുന്ന നിങ്ങളല്ലാതെ മറ്റാരെങ്കിലും പറയുമോ? ഒളിച്ചോട്ടക്കാരാ, നിങ്ങളെ കൂടുതൽ കുത്തിമുറിവേല്പിക്കാനും പ്രകോപിപ്പിക്കാനും ഇതിലേതെ ങ്കിലുമൊരുകാര്യം ഞാനൊന്നുപുറത്തുപറഞ്ഞാൽ മതി. എന്തായാലും വ്യംഗ്യമായി ഞാനതൊക്കെ ഒന്നു പരാമർശിക്കാൻ പോവുകയാണ്.

നുരഞ്ഞു പൊന്തുന്ന വാക്കുകളെ അമർത്തിയമർത്തി ഏറെനേരം ഞാൻ ഇരുന്നുപോയി. ഭൂപാലൻസാറിന്റെ കോപം തണുത്തു. അദ്ദേഹം ബാഗുതുറന്ന് പുതിയ ചില ചട്ടങ്ങളുടെ കോപ്പികൾ എടുത്തുവായിക്കാൻ തുടങ്ങി. അദ്ദേഹത്തിന്റെ ശ്രദ്ധ ആകർഷിക്കാൻ വേണ്ടി ഞാൻ മുമ്പിലി രിക്കുന്ന വൃദ്ധനോട് ഉറക്കെപ്പറഞ്ഞു.

"ചിലർക്ക് വീടെന്നില്ല. ഓഫീസ് മാത്രം മതി. നോക്കിയാട്ടെ. രണ്ടു വർഷം കഷ്ടിയാ. എന്നിട്ടും കൊണ്ടുപോകുന്നു, കഴിവുകൂട്ടാൻ."

ഭൂപാലൻസാർ പുതിയ ചട്ടങ്ങൾ വായിച്ച് സ്വയം മറന്നിരിക്കുകയാ യിരുന്നു. വൃദ്ധൻ എന്നെ നോക്കി പുഞ്ചിരിച്ചു. ട്രെയിനിങ്ങിനു പോകു മ്പോൾപോലും വീട്ടിൽ ചെല്ലാൻ അയാൾക്കു തോന്നിയില്ല. അയാൾ വീട്ടി ലേക്കു വിളിച്ചുപറഞ്ഞു.

"ഞാൻ പോകുന്നു. ഒരു മാസം എനിക്ക് ഓഫീസിൽ പോകാൻ കഴിയില്ല. തിരികെ വരുമ്പോഴേക്കും എല്ലാം കുഴപ്പം പിടിച്ചിരിക്കും."
ഭാര്യയും ഇരട്ടക്കുട്ടികളും മാറിമാറി വിളിച്ചു.

"ഒന്നിവിട വരെ വന്നിട്ടുപോകരുതോ."

ആ പശുക്കുട്ടിയും 'അച്ഛാ' എന്നു വിളിച്ചുകാണും.

"അവരോടു വെറുക്കേണ്ട യാതൊരു കാര്യവുമില്ലായിരുന്നു. എന്നിട്ടും ഇയാൾ പറഞ്ഞത് ട്രെയിനിംഗ് കഴിഞ്ഞിട്ടുവരാൻ ശ്രമിക്കാമെ ന്നാണ്. ദുഷ്ടൻ."

വൃദ്ധൻ എന്നോടു മന്ത്രിച്ചു.

"ശ് മോശമാ സാറെ. അദ്ദേഹം കേൾക്കും. ഇത്തരക്കാർക്ക് ഒരു ഭ്രാന്ത് തന്നെയാ."

അപ്പോൾ, മുകളിലെ ബർത്തിൽ ഉറങ്ങിക്കിടക്കുകയായിരുന്ന ഒരു ചെറുപ്പക്കാരൻ ഞങ്ങൾക്കിടയിലായി താഴേക്കു ചാടിയിറങ്ങി. വൃദ്ധന്റെ നേർക്കു കൈ ചൂണ്ടിക്കൊണ്ടു നിന്നു നൃത്തച്ചുവടുകൾ വച്ചു.

"ഖൊല്ലും. രാവണപ്രഭു, നിന്നെ ഞാങ്കൊല്ലും."

"കൊല്ലണം രാമങ്കുട്ടീ, പക്ഷെ ഭക്ഷണം കഴിച്ചിട്ട്, ദാ, മക്കളു വാ പൊളിച്ചേ. ആ......"

വൃദ്ധൻ വേഗം ബാഗുതുറന്ന് രണ്ടു ഗുളികയെടുത്തുകൊടുത്തു. രാമൻകുട്ടി അതു വിഴുങ്ങിയിട്ട് വെള്ളം കുടിച്ച് അവിടെത്തന്നെ കുത്തി യിരുന്നു. ഏറെനേരം കഴിയും മുമ്പെ അയാൾ വൃദ്ധന്റെ മടിയിലേക്കു തല ചായ്ച്ചു കിടന്ന് മന്ദഹാസം തൂകിക്കൊണ്ടിരുന്നു.

"ബുദ്ധിസ്ഥിരതയാ സാറെ."

വൃദ്ധൻ പറഞ്ഞതുകേട്ട് തീവണ്ടിയുടെ സ്വരം മൂർച്ഛിച്ചു. അത് അതി വേഗം ഒരു മണൽത്തട്ട് (ഒരു നദിയുമാകാം) കടക്കാൻ തുടങ്ങി. പാലം കടന്നു കഴിഞ്ഞപ്പോൾ ഭൂപാലൻസാർ പുതിയ ചട്ടങ്ങളുടെ ഒരു പേജുമറിച്ചു.

"ഈ സാറിനും ഇതേ അസുഖം തന്നെയാണ്. ബുദ്ധിസ്ഥിരത."

ഞാൻ അതുപറഞ്ഞപ്പോൾ വൃദ്ധൻ എന്റെ തോളിൽത്തട്ടി.

"ചുമ്മാതിരി, സാറെ."

വൃദ്ധൻ ഭൂപാലൻസാറിനോട് ചോദ്യം തുടങ്ങി. ഒരു വൃദ്ധനായ സ്ഥിതിക്ക് അയാൾക്കു കുടുംബകാര്യങ്ങളല്ലാതെ മറ്റൊന്നും ചോദി ക്കാനറിയില്ലായിരുന്നു. വീട്ടുകാര്യങ്ങൾ കുത്തിക്കുത്തി ചോദിച്ചപ്പോൾ ഭൂപാലൻസാർ ക്രമേണ ചൂടുപിടിക്കാൻ തുടങ്ങി.

"മിണ്ടാതിരിക്കു കിഴവാ. ചുട്ടുകളേം ഞാൻ."

വൃദ്ധൻ നിശ്ശബ്ദനായപ്പോൾ ഞാനേറ്റെടുത്തു. ട്രെയിനിംഗു കഴി ഞ്ഞാൽ നേരെ ഓഫീസിലേക്കു പോകാതെ വീട്ടിലേക്കു പോകണ മെന്നും ആ സാധിയായ നല്ല സ്ത്രീയോടും കുഞ്ഞുങ്ങളോടും മാന്യ മായി പെരുമാറണമെന്നും ഉപദേശരൂപേണ ഞാൻ പറഞ്ഞുനിർത്തി.

"വൃത്തികെട്ട സമ്പോധിനേറ്റേ. നിന്റെ ഉപദേശം കഴുതക്കുകൊട്."

"വ്വാ. അതുതന്നെയാണേ അടിയൻ ചെയ്തതും."

ഭൂപാലൻസാർ സീറ്റിൽ നിന്നെഴുന്നേറ്റു.

"വേണ്ടി വന്നാൽ നിന്നെ ഞാനരിഞ്ഞുവീഴ്ത്തും."

അയാൾ ചൂടുപിടിച്ചു മുരളാൻ തുടങ്ങിയിരുന്നു. വൃദ്ധൻ ബാഗുതു

റന്ന് രണ്ടു ഗുളികയെടുത്തു കൈവെള്ളയിലിട്ടു തലോടാൻ തുടങ്ങി. അയാൾ എന്റെ ചെവിയിൽ രഹസ്യമോതി.

"ഉപദ്രവിക്കുമോ. രാമൻകുട്ടീം ഇങ്ങനെത്തന്നാ."

"സൂക്ഷിക്കണം. രക്തം കണ്ടേ അടങ്ങൂ. കുളയട്ടയാ."

ഞാൻ ഉപദേശിച്ചു. വൃദ്ധൻ ധൈര്യപൂർവ്വം ഗുളികയെടുത്ത് സാറിനു നീട്ടി.

"ഇതു കഴിച്ച് വെള്ളം കുടിച്ചാൽ മതി. ക്ഷീണം മാറും സാറെ."

ഭൂപാലൻസാർ വൃദ്ധന്റെ കൈതട്ടി ഗുളിക തെറിപ്പിച്ചു. അയാൾ ഞങ്ങൾക്കിടയിലൂടെ സീറ്റുകളിൽ പിടിച്ചുപിടിച്ച് വാതിക്കലേക്കു വേഗം നടന്നു. ആ കണ്ണുകളിൽ തീ കത്തുന്നുണ്ടായിരുന്നു. ഓടുന്ന തീവണ്ടി യുടെ വാതില്ക്കൽ നിന്നുകൊണ്ട് അയാൾ പുറത്തേക്ക് നോക്കി.

സ്റ്റോപ്പില്ലാത്ത ഒരു സ്റ്റേഷനിൽ കൂടി വണ്ടി വേഗതകുറച്ച് നീങ്ങു കയായിരുന്നു. ഭൂപാലൻസാർ ഉറക്കെ വിളിച്ചുകുവി.

"ചെയിൻ വലിക്കണേ. ഒരാൾ പ്ലാറ്റുഫോമിലേക്കു വീണേ."

ഞാനാകെ ഭയന്നു പോയി. ഓടുന്ന വണ്ടിയിൽനിന്നും താഴേക്കു ചാടിക്കഴിഞ്ഞോ അയാൾ. ഒന്നുമാലോചിക്കാതെ ഞാൻ ചങ്ങല വലിച്ചു. ഒരു നിമിഷം കൊണ്ടു പ്ലാറ്റുഫോം നിറഞ്ഞു. വീണുകിടക്കുന്ന ആരെയും കാണാനില്ലായിരുന്നു. അല്പനേരത്തെ സംഭ്രാന്തിക്കുശേഷം യാത്രക്കാർ തീവണ്ടിയിൽ തിരികെ കയറുകയും വണ്ടി നീങ്ങാൻ തുടങ്ങുകയും ചെയ്തു. തിരിച്ചുചെന്നപ്പോഴും ഭൂപാലൻസാർ സീറ്റിലില്ലായിരുന്നു.

"കുളയട്ടയെവിടെ?"

എന്റെ ചോദ്യം കേട്ട് വൃദ്ധൻ രാമൻകുട്ടിയെന്ന ഭ്രാന്തന്റെ ചെമ്പൻ മുടിയിഴകളിൽ തലോടിക്കൊണ്ട് ചിരിച്ചുതുടങ്ങി.

"ആ സാറിനും ബുദ്ധിസ്ഥിരതയാ. ഒറപ്പ്."

വൃദ്ധൻ നീട്ടിയ ഒരു തുണ്ട് കടലാസ് ഞാൻ ഉറക്കെ വായിച്ചുപോയി.

"സബോധിനേറ്റു സ്റ്റാഫേ. മടുത്തു. നീയൊക്കെ പറയുന്നതു ശരി യാണെന്നു തോന്നുന്നു. ഞാൻ പോകുന്നു."

വൃദ്ധൻ അടുത്തതിനുപിന്നത്തെ സ്റ്റേഷനിൽ വണ്ടിയിറങ്ങുന്നതു വരെ സംശയിച്ചത് ഇതാണ്.

ഗുളികയെടുത്തപ്പോഴേക്കും അദ്ദേഹത്തിന്റെ ഭ്രാന്തു മാറിയത് ഒര തിശയം തന്നാണേ.

എന്നാൽ ഞാനതിശയിക്കുന്നതങ്ങനെയല്ല. ആ വേഗത. അമ്പത്തെ ട്ടുവയസ്സും, വെളുത്തനിറവും, അഞ്ചെമുക്കാലടി ഉയരവുമുള്ള മെലിഞ്ഞ ഭൂപാ ലൻസാറിനെ തീവണ്ടിയിൽനിന്നും കാണാതായ വേഗതയോർത്താണ്. പത്തെഴുപതുകിലോഗ്രാം മതിപ്പുതൂക്കമുള്ള ഭൂപാലൻസാർ തീവണ്ടി യിൽ ആവിയായിപ്പോയപോലെ. എങ്ങോട്ടായിരിക്കും ആ അന്തർദ്ധാനം.

അതാ ചാമുണ്ഡിക്കുന്നുകളിലെ മൂടൽമഞ്ഞിനു മേലേക്ക് ഒരുചീലു വെയിൽ ചാഞ്ഞുവീഴുന്നു. കുന്നുകൾ ദൃശ്യമാവുന്നു. തീർത്ഥാടകരെയും വഹിച്ചുകൊണ്ടു കയറ്റം കയറുന്ന ഒരുനിര വാഹനങ്ങൾ കൂടി കാണാറായി.

വിരൽത്തുമ്പിലെ ലോകം

കരുണന്റെ ഭാര്യ ദ്രൗപദിയെ എല്ലാവർക്കുമറിയാം. പ്ലാസ്റ്റിക്ബാ ഗിൽ മീനോ, പച്ചക്കറിയോ, ബേക്കറി സാധനങ്ങളോ തൂക്കിപ്പിടിച്ച് വാഹ നങ്ങൾ തലങ്ങും വിലങ്ങും പായുന്ന റോഡിലൂടെ അവൾ കണ്ണടച്ചുനടക്കും. ബ്രേക്കിടുന്ന വാഹനങ്ങളുടെ തെറിവിളികൾ കേൾക്കാൻ അവൾക്കു നേരമില്ല. അവൾ എപ്പോഴും അങ്ങനെയാണ്. ചരടുപൊട്ടിയ പമ്പരം. ആ കറക്കത്തിന്റെ ആയം കൊണ്ടാണ് അവളുടെ ജോലികൾ വേഗം തീരുന്നത്. വീട്ടിലായാലും ഓഫീസിലായാലും അതിനു മാറ്റമില്ല. സ്റ്റോർ റൂമിലെ ഒറ്റപ്പെടലും, നനഞ്ഞ ചിതൽ മണവും സഹിച്ച് അവൾ ഏതു പഴയ ഫയലും 'പുട്ടപ്പ്'ചെയ്യുമായിരുന്നു. വീട്ടിൽ എല്ലാവരുടെയും കാര്യ ങ്ങൾ നോക്കാൻ അവൾ തന്നെ വേണം.

രാവിലെ കുളിച്ച് പൗഡറും ലിപ്സ്റ്റിക്കും കണ്ണാടിപ്പൊട്ടുകളും ചാർത്തി തിളങ്ങുന്ന കടുംനിറത്തിലുള്ള വസ്ത്രങ്ങൾ ധരിച്ച് അവളുടെ നാത്തൂന്മാർ സോഫായിലിരിക്കും. ആയിരവും അതിലധികവും എപ്പി സോഡുകളിലൂടെ വളരുന്ന ടി വി പരമ്പരകൾ കണ്ട് അവരങ്ങനെ കഴി ഞ്ഞുപോന്നു. അവർക്കും അച്ഛനും ഉച്ചയ്ക്കുള്ള ഭക്ഷണം എടുത്തുവ ച്ചിട്ട് അവൾ ബസ്സ്റ്റാന്റിലേക്ക് ഓട്ടമായിരിക്കും. കരുണൻ അയാളുടെ അനുജനെയുംകൊണ്ട് രാവിലെതന്നെ പോയിട്ടുണ്ടാവും. വൈകിട്ട് ബസിലെ തിരക്കും വിയർപ്പുനാറ്റവും സഹിച്ചുവന്നിട്ടു വേണം അവൾക്ക് വിളക്കുകൊളുത്തുവാൻ. പിന്നെ എല്ലാവർക്കും വേണ്ടി ചൂടുള്ള ഭക്ഷണം ഉണ്ടാക്കും. അതിനുശേഷം എത്രയോ നേരം കഴിഞ്ഞിട്ടായിരിക്കും കരു ണന്റെ സ്കൂട്ടർ ഇരമ്പിപ്പാഞ്ഞെത്തുന്നത്. അവൾ ചിലപ്പോഴൊക്കെ ഓർക്കാറുണ്ട്-കരുണേട്ടൻ ജീവിതം ആഘോഷിക്കുകയാണ്.

ഇന്നലെ രാത്രിയാണ് ദ്രൗപദിയെ കാണാതായത്. വിവരമറിഞ്ഞ് രാവിലെ മുതൽ എത്തിയവരൊക്കെ തിരിച്ചുപോയി. വീട്ടുകാർ ഒറ്റപ്പെട്ടു.

അകത്തും പുറത്തുമിട്ട കസേരകളിൽ അവർ ചാഞ്ഞുംചരിഞ്ഞുമിരുന്നു. ലിപ്സ്റ്റിക്കും തിളങ്ങുന്ന കണ്ണാടിപ്പൊട്ടുമിടാതെ നാത്തൂന്മാർ സോഫാ യിൽ അമർന്നിരുന്നു. ടി.വി. ഒരു ശവം പോലെ അവരുടെ മുമ്പിലിരുന്നു. ഉണ്ണിമോൻ അവന്റെ കമ്പ്യൂട്ടർ അന്നു തുറന്നതേയില്ല. ലോകം വിരൽത്തു മ്പിലെത്തിക്കുന്ന ആ സാധനം അവന്റെ ചേട്ടത്തിയമ്മയെ വീട്ടിൽ നിന്നും ഓടിച്ചുകളയാനും കഴിവുള്ളതാണെന്ന് അവൻ അത്ഭുതത്തോടെ ഓർമ്മിച്ചു.

കഴിഞ്ഞ രാത്രിയിൽ അവരാരും ഉറങ്ങിയില്ല. ഉറക്കം ഈ മദ്ധ്യാഹന ത്തിലും അവരെ സ്പർശിക്കാതെ തെന്നിമാറുകയാണ്. അല്ലെങ്കിൽ അവർക്ക് ഉറക്കത്തെ പേടിയാണ്. അമ്മയുടെ കൈവിരലിൽ പിടിമുറുക്കി പിച്ചവച്ചുനടക്കുന്ന കുട്ടിയുടെ മനസ്സായിരുന്നു ആ വീട്ടിൽ ഓരോരു ത്തർക്കും, ഇതുവരെ. ദ്രൗപദിയുടെ സാന്നിദ്ധ്യം നഷ്ടപ്പെട്ട അവർ അനാ ഥരെപ്പോലെ പെരുമാറാൻ തുടങ്ങിയിരിക്കുന്നു. കരുണന്റെ അച്ഛൻ ചാരു കസേരയിൽ കിടന്നു നിശ്ശബ്ദം കരയുകയാണ്. മരത്തണലിലെ ബഞ്ചിൽ കരുണനുണ്ട്. അച്ഛനെപ്പോലെ വയസ്സായിട്ടില്ലാത്തതിനാൽ അയാൾ കരയരുതാത്തതാണ്. പോരെങ്കിൽ ദ്രൗപദി വീടിനു പുറകിലെ റബ്ബർ തോട്ടത്തിൽ നിറഞ്ഞുകിടന്ന സാന്ദ്രമായ ഇരുട്ടിലേക്ക് നൂണിറങ്ങി അപ്രത്യക്ഷ ആയതിനുതൊട്ടുമുമ്പ് അവൾ പലവട്ടം അയാളുടെ അടി യേറ്റു നിലംപതിച്ചിരുന്നു. ഇപ്പോൾ അയാൾക്കു കുറെക്കൂടി ധൈര്യ ത്തോടെ പെരുമാറേണ്ടതുണ്ട്. പക്ഷേ, അയാളും കരഞ്ഞുപോയി. അടുക്കളഭാഗത്തേക്കുനോക്കി അയാൾ മുഖം പൊത്തി. കരുണനും അച്ഛനും ഒരേസമയം വിശപ്പുണ്ടായി. അവർ ആഗ്രഹിച്ചു : ദ്രൗപദിയു ണ്ടായിരുന്നെങ്കിൽ.

ആ സന്ദർഭത്തിലാണ് ലക്ഷ്മി അവിടേക്കു ചെന്നത്.

"ദ്രൗപദിയുടെ വീട് ഇതുതന്നെയല്ലേ?"

ദ്രൗപദിയുടെ സഹപ്രവർത്തകയെന്ന് സ്വയം പരിചയപ്പെടുത്തി. അവർ ഓരോരുത്തരെയും പേരെടുത്തുവിളിച്ചു. കരുണന്റെ നേർക്ക് കടുത്ത പദപ്രയോഗങ്ങൾ നടത്തി.

"ദുഷ്ടനായ ഭർത്താവ്. ദ്രൗപദി മരിച്ചാൽ കരുണൻമാഷിനു തൃപ്തി യാകുമോ?"

ദ്രൗപദിയുടെ മരണപ്പാട്ടുപാടാൻ വേഷം കെട്ടിയിരിക്കുകയാണോ എന്ന് ലക്ഷ്മി നാത്തൂന്മാരോട് ചോദിച്ചപ്പോൾ ഒരു വിലാപഗീതംപോലെ അവരുടെ ഏങ്ങലടികൾ മുഴങ്ങി. അസഹ്യത നടിച്ചുകൊണ്ട് ലക്ഷമി സമാധാനിപ്പിച്ചു.

"വേണ്ട. ആരും അഭിനയിക്കണമെന്നില്ല. ദ്രൗപദി ഒരിടത്തു ജീവി ച്ചിരുപ്പുണ്ട്."

"എവിടെ?"

എല്ലാവർക്കും ആകാംക്ഷ.

എന്നാൽ ദ്രൗപദിയെ അകാരണമായി തല്ലുകയും ശകാരിക്കുകയും

ചെയ്തതെന്തിനാണെന്ന് അവൾ ചോദിച്ചു. അതുകേട്ടാൽ മാത്രമെ ദ്രൗപദി എവിടെ എന്നു പറയുമായിരുന്നുള്ളൂ. കരുണനു തൊണ്ടയിടറി. അയാൾക്ക് പറയാനുള്ളത് അത്രയ്ക്ക് മോശമായ കാര്യമായിരുന്നു. മാന്യ തയുള്ള ഒരു ഭർത്താവിനും അതു സഹിക്കാനാവില്ല. അയാൾക്ക് ഒരു കത്തുകിട്ടി. ഇന്റർനെറ്റിലെ ഒരു പ്രത്യേകസൈറ്റിൽ അയാൾക്ക് അവി ശ്വസനീയമായ ഒരു കാഴ്ച കാണാമെന്നായിരുന്നു കത്ത്. കരുണൻ വന്ന പാടെ ഉണ്ണിമോന്റെ കൈയിൽ നിന്നും മൗസ് തട്ടിയെടുത്ത് നെറ്റിൽ കയറി. അയാൾ തുറന്ന സൈറ്റിൽ ഒരിടത്ത് പരിചിതമുഖം. ദ്രൗപദിയുടേതു പോലെ. അവിടേയ്ക്കു ചെന്നപ്പോൾ കർസർ ചൂണ്ടുവിരൽ പോലെയായി. ദ്രൗപദി ഒരു ലിങ്കായിരുന്നു. അയാളെ സ്വർഗ്ഗത്തിലേക്കു മാടിവിളിച്ച ലിങ്ക്. അയാളുടെ വിരൽസ്പർശത്തിൽ ഈ വലിയ ലോകത്തെ ഒരു ചെറിയ ക്ലിപ്പിംഗ് തുറന്നു. ദ്രൗപദി ചിരിച്ചുകൊണ്ട് ഉടയാടകൾ ഓരോന്നായി ഊരി യെറിയുന്നതുകണ്ടു. പിന്നെ സ്ക്രീനിൽ നിറഞ്ഞുനിന്ന് അയാളെ മാടി വിളിച്ചു. കരുണൻ അനുജന്റെ സാമീപ്യം മറന്നുപോയിരുന്നു. ക്ലിപ്പിന്റെ റീപ്ലേ അയാൾക്കു ഭ്രാന്തുപിടിപ്പിച്ചു.

ദ്രൗപദി ഇതൊന്നുമറിയാതെ അടുക്കളയിൽ അത്താഴത്തിനുള്ള ഒരു ക്കത്തിലായിരുന്നു. പെട്ടെന്നൊരു നിമിഷത്തിൽ അവളെ അയാൾ അടി ച്ചുവീഴ്ത്തി. ആ വീട്ടിൽ ഓരോരുത്തരും അവിടെയെത്തി അവളെ നിന്ദി ക്കാനും തല്ലാനും തുടങ്ങി. അവർ അവളെ വലിച്ചിഴച്ച് കമ്പ്യൂട്ടർസ്ക്രീ നിനു മുമ്പിലെത്തിച്ചു. മീഡിയാപ്ലേയറിൽ സ്വന്തം രൂപം ആടിത്തിമർ ക്കുന്നതുകണ്ട് ദ്രൗപദി കണ്ണുപൊത്തി. അവൾ അസ്പഷ്ടമായി – ചതി, ചതി അതു ഞാനല്ല– എന്നുപറഞ്ഞത് ആരും കേട്ടില്ല. അങ്ങനെയാണ് അവൾ റബ്ബർ മരങ്ങൾക്കിടയിലെ ഇരുട്ടിലേക്ക് ഓടിക്കളഞ്ഞത്. കമ്പ്യൂ ട്ടറിൽ കണ്ടത് ദ്രൗപദി തന്നെയായിരുന്നെന്ന് എല്ലാവർക്കും ഉറപ്പുണ്ടാ യിരുന്നു.

ലക്ഷ്മി ഉണ്ണിമോനെ അന്വേഷിച്ചു. ട്രൗസർ മാത്രം ധരിച്ചുകൊണ്ട് പനിപിടിച്ച ഒരു രൂപമെത്തി.

"കരുണൻമാഷിന്റെ അനുജന് ഏറ്റവും ഇഷ്ടം ആരെയാണ്?"

ഉണ്ണിമോനു കരച്ചിൽ വന്നു. എന്നിട്ടും അവനുപറയാൻ കഴിഞ്ഞു.

"എന്റെ ഏട്ടത്തിയമ്മയെ."

ഏട്ടത്തിയമ്മ ഉണ്ണിമോന് ലോണെടുത്തു കമ്പ്യൂട്ടർ വാങ്ങിത്തന്നത് എന്തുകൊണ്ടാണെന്ന് ചോദിച്ചപ്പോൾ അവൻ നല്ല കുട്ടി ചമഞ്ഞു. 'പഠി ക്കുന്നതിന്' എന്നു കേട്ടപ്പോൾ ലക്ഷ്മിക്കു ചിരിക്കാതിരിക്കാൻ കഴി ഞ്ഞില്ല. ഉണ്ണിമോൻ പഠിച്ചിരിക്കാവുന്ന കാര്യങ്ങൾ ലക്ഷ്മി വിശദീകരി ച്ചുകൊടുത്തു.

ഉണ്ണിമോൻ ഏതുനേരവും നെറ്റിലായിരുന്നു. അവന് അന്യദേശങ്ങ ളിൽ ധാരാളം കൂട്ടുകാരുണ്ടായിരുന്നു. ആണും പെണ്ണും. അവനെ ആണു ങ്ങളും പെണ്ണുങ്ങളും നെറ്റിലൂടെ പ്രേമിച്ചു. അവന് അവർ എല്ലാം പറ ഞ്ഞുകൊടുത്തു. ഉണ്ണിമോന് വിരൽത്തുമ്പിൽ എല്ലാം കിട്ടി.

ഉണ്ണിമോൻ എല്ലാം തലകുലുക്കി സമ്മതിച്ചു. ലക്ഷ്മിക്കു ദേഷ്യം വന്നു. അവൾ അവനെ മന്ദബുദ്ധി എന്നു വിളിച്ചു. ആർക്കെങ്കിലും ചേട്ടത്തിയമ്മയുടെ കുളിയുടെ വീഡിയോചിത്രം അയച്ചുകൊടുത്തോ എന്നവൾ ചോദിച്ചു. അവൻ നിഷേധിച്ചപ്പോൾ ലക്ഷ്മി അലറി.

"വൃത്തികെട്ട ചെറുക്കാ, നിന്റെ ദ്രൗപദിച്ചേച്ചിയെ തിരിച്ചുകൊണ്ടു വരാനാണ്."

നെറ്റിലെ പെണ്ണ് ആവശ്യപ്പെട്ടപ്പോൾ അയച്ചുകൊടുത്തെന്ന് അവൻ സമ്മതിച്ചു. അവൻ ഒളിക്യാമറ ലക്ഷ്മിക്കു കൈമാറി പകരം ഒരു കരണത്തടി വാങ്ങിച്ചു. ലക്ഷ്മിക്കു മതിയായി. നെറ്റിൽ നഗ്നനൃത്തം ചെയ്ത വളുടെ മുഖം മാത്രം ദ്രൗപദിയുടേതായിരുന്നു എന്നുപറഞ്ഞിട്ട് അവൾ ഉറപ്പുകൊടുത്തു.

"ദ്രൗപദി മരിച്ചിട്ടില്ല. അവൾ മക്കളുടെ അടുത്തേക്ക് പോവുകയാണെന്ന് ഇന്നുവെളുപ്പിന് എന്നോടു ഫോൺ ചെയ്തു പറഞ്ഞതാണ്."

കരുണൻ ഭയങ്കരമായി ആലോചിച്ചുകൊണ്ടു നിന്നു.

"കരുണൻമാഷെ, കുഞ്ഞുങ്ങളെവിടെയാണ്?"

അവർക്കു കുട്ടികളില്ലെന്ന് അയാൾ പറഞ്ഞു.

"കള്ളം പറയുന്നു കരുണൻമാഷ്–. നിങ്ങൾക്കു മൂന്നു പെൺകുഞ്ഞുങ്ങളില്ലേ? നിങ്ങൾ തന്നെയല്ലേ മൂന്നു പ്രാവശ്യവും പ്രസവമെടുക്കാൻ ദ്രൗപദിയെ കൊണ്ടുപോയത്?"

ആരും ഒന്നുംപറയാതായപ്പോൾ ലക്ഷ്മിക്കു ദേഷ്യം വന്നു. വിരസമായ ഓഫീസ് ജോലിക്കിടയിൽ ദ്രൗപദി എത്രതവണ അവളോടു പറഞ്ഞിരിക്കുന്നു. മൂന്നു പെൺമക്കളായതിൽ അവൾക്കൊട്ടും നിരാശയില്ല. അവർക്ക് ഒരു പനിപോലും വന്നിട്ടില്ല. ആ ചിരിക്കുടുക്കകൾ തങ്ങളുടെ ചൂണ്ടുവിരലുകൾ നീട്ടിക്കൊണ്ട് ദ്രൗപദിയെ സ്വപ്നങ്ങളിൽപ്പോലും വിളിക്കുമായിരുന്നു.

"വേഗം പറയൂ കരുണൻ മാഷെ, വേഗം. അങ്ങോട്ടുപോകൂ."

ലക്ഷ്മി അയാളെ ധൃതിപിടിപ്പിച്ചു.

അയാൾ നേരെപോയത് ആശുപത്രിയിലേക്കാണ്. ആശുപത്രിക്കു പുറകിലെ വിശാലമായ പറമ്പിലേക്ക് അയാൾ പ്രവേശിച്ചു. ചോരത്തുണികളും പ്ലാസ്റ്റിക് കൂടുകളും പഴയ സിറിഞ്ചുകളും കൊണ്ടു നിറഞ്ഞ വെളിമ്പറമ്പിൽ അയാൾ തരിച്ചുനിന്നു. കുഞ്ഞുങ്ങളുടെ വിളികേട്ടുവോ. ഏറെനേരം നിന്നിട്ടും ദ്രൗപദി എത്തിയില്ല. അയാൾ മോർച്ചറിയിലേക്കു നടക്കുന്നതാണ് ലക്ഷ്മി അപ്പോൾ കണ്ടത്.

രാജാവിന്റെ വളർത്തു പൂച്ച

പട്ടുവിരിച്ച മെത്തമേൽ, രാജാവിന്റെ മടിയിൽ കയറിക്കിടന്ന് ആ സുന്ദരിപ്പൂച്ച, അതൊരു പൂച്ചയല്ലെന്നു സ്വയം കരുതി ജീവിച്ചു പോന്നു.

ഓ, ഞാനതു മറന്നുപോയി. എന്റെ കഷ്ടപ്പാടുകളെല്ലാം ഞൊടി യിടയിൽ മാറ്റിമറിക്കാൻ കഴിവുള്ള ഒരു ഫയലിന്റെ കാര്യമാണു പറ യാൻ വന്നത്. ബുദ്ധിയും കഴിവുമുള്ള പല ഗുമസ്ഥന്മാരും വെട്ടിയും തിരുത്തിയും പുകയില കാർക്കിച്ചു തുപ്പിയും നശിപ്പിച്ച എന്റെ ജീവിതം.

അത് കോമൾസാറിന്റെ മേശപ്പുറത്തുണ്ടായിരുന്നു. കോമൾസാറിന് അരുമയായിരുന്നു അത്. എന്റെ ജീവിതവുമായി ബന്ധപ്പെട്ട കാര്യമല്ലേ. കോമൾസാറിന്റെ മേശപ്പുറത്ത് മറ്റുള്ളവരുടെ– ഛെ, നൂറുകണക്കിന് സാധാരണക്കാരുടെ – ജീവിതവുമായി ബന്ധപ്പെടാനിഷ്ടമില്ലാതെ ഒരൊറ്റ ഫയലായി, സുന്ദരിയായി അതങ്ങനെ കിടക്കുകയായിരുന്നു.

ടർക്കി പുതപ്പിച്ച പതുപതുത്ത സിംഹാസനത്തിൽ ഇരുന്ന് കോമൾ സാർ എന്റെ കണ്ണീർക്കഥ കേട്ടു. പൊടിപിടിച്ചു വീർത്ത പ്രമാണക്കെട്ടു കൾക്കിടയിലേക്കു തലയിട്ടുകൊണ്ട് കോമൾസാർ ശക്തിയായി തുമ്മി.

"സോറി, എനിക്കിതു ചെയ്യാൻ കഴിയില്ലഡേ."

എനിക്കുറപ്പുണ്ടായിരുന്നു. കോമൾസാറതു ചെയ്യും. മറ്റുള്ളവർ ഉച്ച യൂണിനു പോകുന്നതുവരെ ഞാൻ വെളിയിൽ കാത്തുനിന്നു. ഫയൽ കൂമ്പാരങ്ങൾ മണത്തു മണത്തു ഞാൻ കോമൾസാറിന്റെ പുറകിലെത്തി.

"രക്ഷിക്കണം സാർ."

കറങ്ങുന്ന കോമൾസാർ എന്നെ കണ്ടു.

"വീണ്ടും താൻ!"

വീണ്ടും എന്റെ ഫയൽ. മഞ്ഞക്കവറിട്ട എന്റെ ജീവിതം.

സ്വന്തം നിസ്സഹായത വെളിവാക്കാനായി കോമൾസാർ കൈകൾ മലർത്തിക്കാട്ടി. ഞാൻ ആ കൈകളിൽ മുത്തംവച്ചു. ആ കൈപ്പടങ്ങ

ളിൽ പിടിച്ച് കണ്ണീരുള്ള എന്റെ മുഖം അമർത്തിത്തുരുമ്മി. മുത്തം പോരാ. മുത്തമിട്ടാൽ വയറുനിറയില്ല. ഇതു ഭാരതമാണ്. ഇവിടെ ഓരോന്നിനും ഓരോ നിയമമുണ്ട്. ഓഫീസ് നിയമം ഞാനെന്തേ മറന്നുപോയി. ഒരാ വേശത്തോടെ എലിക്കുത്തിൽനിന്നും ഒരഞ്ഞൂറുരൂപാ നോട്ടെടുത്ത് സാറിന്റെ വലംകൈയിൽ വച്ചിട്ട് ആ വിരലുകൾ മുറുക്കിയടച്ചു കൊടുത്തു. കോമൾസാർ എന്നെ ഇരുത്തി.

"അസാദ്ധ്യമായതാണ് നിങ്ങൾ ആവശ്യപ്പെടുന്നത്."

എന്നിട്ടും കോമൾസാർ സമ്മതിച്ചു.

"മനുഷ്യത്വം മാത്രമാണ് ഞാൻ പരിഗണിച്ചത്. നിയമസംഹിതകൾ എഴുതിയവരുടെ തലയിൽ ഇടിത്തീ വീഴട്ടെ."

കോമൾസാർ രണ്ടാം നിലയിൽ കോൺഫറൻസിൽ പങ്കെടുക്കാ നായി പോകുമ്പോൾ എനിക്കുറപ്പു തന്നിരുന്നു.

"അശോകമരച്ചുവട്ടിൽ കാത്തിരിക്കൂ. തന്റെ കാര്യം സാധിക്കാതെ ഞാൻ താഴേക്കില്ല."

കോൺഫറൻസു കഴിഞ്ഞു വിയർത്തും, ചിരിച്ചും, മുറുക്കിയും ഫയൽ പുരുഷന്മാർ പടിയിറങ്ങി വന്നു. എല്ലാവരും എന്നെ നോക്കി തലകുലുക്കി.

"താൻ മിടുക്കനാണല്ലോ. കോമൾസാറിനെ ചാക്കിട്ടല്ലോ."

പാവങ്ങൾ. എന്റെ ജീവിതത്തിൽ ചുവന്ന ഗുണനചിഹ്നങ്ങൾ കോറി യിട്ടു പീഡിപ്പിച്ചവരാണ്. എന്റെ മേൽ ബീഡിച്ചാരം തട്ടിയിട്ടവരാണ്. പറി ക്കട്ടെ. അശോകപ്പൂക്കൾ ചവച്ചുകൊണ്ടു ഞാൻ പടിക്കെട്ടിലേക്ക് നോക്കിനിന്നു. കോമൾസാറിന്റെ ശിപായി എത്തി.

"സാറു വരും. കാത്തിരിക്ക്."

വീണ്ടുമൊരാൾ. ഒരധികാരി.

"താൻ രക്ഷപ്പെട്ടു. കോമൾ രക്ഷിച്ചു."

ഓരോരുത്തരായി ഓഫീസിൽനിന്നും തിരിച്ചു പോയിത്തുടങ്ങി. ജനാലകളും വാതിലുകളും അടച്ചു. നേരം ഇരുണ്ടു. മുകളിൽ കോൺഫ റൻസു കഴിഞ്ഞുകാണില്ല. പടിക്കെട്ടിൽ വെളിച്ചം വീണു. അശോകമര ച്ചോട്ടിൽ നീളൻ ടോർച്ചുമായി ചൗക്കീദാരെത്തി.

"ആരാ? എന്താ നില്ക്കുന്നെ?"

"കോമൾസാർ പറഞ്ഞു. ഞാൻ നിന്നു."

ചൗക്കിദാർമാർക്ക് ഓഫീസുകാര്യങ്ങൾ ഒന്നും അറിയില്ലായിരിക്കാം. കോൺഫറൻസു കഴിഞ്ഞ് കോമൾസാർ പോയിക്കാണുമല്ലോ.

"ഇല്ല. എന്റെ കാര്യം ശരിയാക്കുകയാണ്."

"മോളിൽ ആരുമില്ലെന്നേ. പോ. പോ. നാളെ വാ."

ഞാൻ ചിരിച്ചു പോയി. എന്റെ കോമൾസാർ ആ തടിച്ച ശരീരവും കരുണാർദ്രമായ മനസ്സുമായി മുകളിൽ അലിഞ്ഞ് ആവിയായിപ്പോ യെന്നോ? എന്റെ ഭാഗ്യത്തിന് അപ്പോൾ മുകളിലെ പടിക്കെട്ടിൽ ഷൂവിട്ടു നടന്നിറങ്ങുന്ന ശബ്ദം കേൾക്കായി.

കേൾക്ക്. മുകളിൽ ആരുമില്ലെന്നു പറഞ്ഞ കൊഞ്ഞാണൻ എവി ടെപ്പോയി? എന്താ. നാണിച്ചു മരപ്പട്ടിയായിപ്പോയോ?

ഷുവിട്ടു നടക്കുന്നതല്ലാതെ ആരും ഇറങ്ങിവന്നില്ല. ഒരുവേള കോമള സാർ എന്റെ ഫയലിൽ അവസാനതീരുമാനം എടുത്തുകഴിഞ്ഞിട്ട് ഇറ ങ്ങിവരുമ്പോൾ അല്പം തിരുത്തൽകൂടി ആവശ്യമെന്നു തോന്നി വീണ്ടും മുകളിലേക്കു പോയതാണങ്കിലോ?

ഓഫീസ് സമുച്ചയത്തിൽ ഒരു ഭ്രമണം കഴിഞ്ഞ് ചൗക്കീദാർ അശോ കമരച്ചുവട്ടിലെത്തി.

"താൻ പോയില്ലേ? നട്ടപ്പാതിരക്കാണോ ഫയലുതീർപ്പ്."

അയാൾ എന്നെ ഉന്തിത്തള്ളി നീക്കാൻ ശ്രമിച്ചു. പടിക്കെട്ടിലെ വെളിച്ചം തീർത്ത അശോകമരനിഴലിൽനിന്നും തെല്ലിട നീങ്ങി മാറാതെ ഞാൻ ഗൗരവത്തിൽ നിന്നു.

"കോമള സാർ പറഞ്ഞതാണ് ഇവിടെത്തന്നെ നില്ക്കണമെന്ന്. ഞാൻ മാറില്ല."

എന്റെ കോമൾ സാർ, വേഗം വരൂ. ഫയലിലെ തീർപ്പറിയൽ മാത്രമല്ല സാറിനെ ഒന്നു കാണാൻ കൂടി എനിക്കു കൊതിയാവുന്നു. ദേ പൊലീ സുകാരൻ പറയുന്നു, പത്തര കഴിഞ്ഞെന്ന്. അയാളും ചൗക്കീദാരും കൂടെ എന്നെ ചതച്ചു വിടും.

വെളിച്ചം വീണു കിടക്കുന്ന പടിക്കെട്ടുകളിൽ നോക്കിക്കൊണ്ടു ഞാൻ ആലോചിച്ചു.

ആരാണീ കോമൾ സാർ, എനിക്ക്. എന്റെ എല്ലാമെല്ലാം അദ്ദേഹ ത്തിന്റെ പേനാത്തുമ്പിലാണ്. അദ്ദേഹമിപ്പോൾ തിരിച്ചുവരും. ഞാൻ കാത്തിരുന്നില്ലെങ്കിൽ സാറിനു ദേഷ്യം വന്ന് എന്റെ ഫയൽ – എന്റെ ജീവി തം – വലിച്ചുകീറി മുകളിലെ നിലയിൽ നിന്ന് താഴേക്കു പായുന്ന കാറ്റിൽ പറത്തിയിട്ട് അദ്ദേഹം ഏതെങ്കിലുമൊരു നഴ്സറി റൈം പാടിയേക്കും.

അപ്പോൾ ചൗക്കീദാർ പൊലീസുകാരനോടു പറഞ്ഞത് കോമൾ സാർ പെൻഷൻ പറ്റിയിട്ടു വർഷങ്ങളായെന്നാണ്. രാത്രിയിൽ, അഞ്ചുക ട്ടയിടുന്ന ടോർച്ചുമായി ഓഫീസ് സമുച്ചയത്തെ ഭ്രമണം ചെയ്തുചെയ്ത് അയാൾക്ക് തലതിരിഞ്ഞിരിക്കുന്നു. അശോകച്ചെടി കണ്ടാൽ ആനയെന്നു നിലവിളിക്കും. കോമൾസാർ മരിച്ചുപോയെന്നും അയാളിനി പറയും. പൊലീസുകാരന്റെ കൈയിൽ നിന്നും കുതറിച്ചാടി. വെളിച്ചം വീണുകി ടക്കുന്ന പടിക്കെട്ടിലേക്ക് ഓടിക്കയറി. മുകളിൽ ഷുവിട്ടു നടക്കുന്ന ശബ്ദം എന്നോടു കയർക്കുന്നതുപോലെ തോന്നി.

"അശോകമരച്ചോട്ടിൽ നില്ക്കാനല്ലേ പറഞ്ഞത്?"

താഴെ നിന്നും പൊലീസുകാരൻ വിളിച്ചു.

"ഇറങ്ങിവാടാ."

"കോമൾസാറേ..."

എന്റെ വിളി കേട്ട് ഷുവിട്ടു നടക്കുന്ന ശബ്ദം നിലച്ചു. ഒരു നിമിഷ ത്തിനുള്ളിൽ ആ ശബ്ദം മുകളിലെ നിലയാകെ ചിതറിയോടി. അടച്ചു പൂട്ടിയ മുറികളും ശൂന്യമായ ഇടനാഴിയും കടന്ന് എന്റെ വിളികൾ എങ്ങോട്ടോ ഇറങ്ങിപ്പോയി. പക്ഷേ, എന്റെ ജീവിതമാകെ മാറ്റിമറിക്കേണ്ട ആ ഫയലിന്റെ കാര്യമോ?

അതിർത്തി യുദ്ധത്തിൽ സംഭവിച്ചത്

ഇന്നലെ സന്ധ്യക്ക് അംബരീഷ് അവളോടു പറഞ്ഞതു കളിവാ ക്കായിരുന്നു.

"രേവതീ, നിന്റെയ്യാളു പട്ടാളത്തീന്നു ജീവനോടെ വരാറായോ."

നേരം വെളുക്കുവോളം രേവതി ദുഃസ്വപ്നങ്ങൾ കണ്ടു. ഭൂമിയൊരു തീഗോളമായി കത്തിപ്പടർന്നു. അതിൽ ഇന്ത്യയെവിടെ? അവൾക്കു തളർച്ച തോന്നി. ആലസ്യം ഒരുതരം ഒറ്റപ്പെടലിന്റെ ഭയമായി പരിണ മിച്ചു. അവളുടെ മകൻ പുതപ്പിൽ നിന്നും തലയുയർത്തി നോക്കി അവളെ വെടിവച്ചു കൊല്ലാൻ ശ്രമിക്കുന്നതായി അഭിനയിച്ചു. തലയിണകൾ ക്കിടയിൽ നിന്നും ഒരു ഭടന്റെ പ്രസരിപ്പോടെ അവൻ വിരലുകൾ ചുണ്ടി വെടിവെച്ചു. രേവതി നേരായിട്ടും നെഞ്ചിൽ കൈവെച്ചു പോയി. അവൾക്ക് ഇടംനെഞ്ചിൽ കറുത്ത പുക പരത്തുന്ന വെടിപ്പാടു നീറുന്നതായി തോന്നി. കട്ടിലിൽ ഇരുന്ന് മകന്റെ മുടി മാടിയൊതുക്കിക്കൊണ്ട് അവൾ സ്വയം പറഞ്ഞു:

"മോന്റച്ഛൻ ജീവനോടെ വരും തീർച്ച."

അവൾക്കറിയാം, റമ്മിന്റെ കൊതി കൊണ്ടാണ് അംബരീഷ് അവ ളുടെ ഭർത്താവിനെ അന്വേഷിച്ചത്. കറുത്ത പർദ്ദയിൽ മുഖമൊളിപ്പിച്ചി രുന്ന ടെലിവിഷൻ നോക്കിയിരുന്ന് അവൾ കുറ്റബോധത്തോടെ ഓർത്തു. രണ്ടു മാസത്തെ ലോൺ കുടിശ്ശികയായി. വല്ലപ്പോഴും ഒരു കത്തു വന്നെ ങ്കിലായി. ഷെൽവർഷത്തിൽ ഏതു നേരവും ഏട്ടനു പരിക്കേൽക്കാം. ഇതിൽകൂടുതലൊന്നും സംഭവിക്കില്ലെന്നവൾക്കുറപ്പുണ്ട്.

യുദ്ധവാർത്തയറിയാനായി അവൾ ടെലിവിഷൻ ഓൺ ചെയ്തു. അതിർത്തിയിൽ ഘോരയുദ്ധം നടക്കുന്നതായി ഒഴുക്കൻ മട്ടിൽ പറഞ്ഞു കൊണ്ട് രാത്രിയുദ്ധത്തിന്റെ ഒരു ദൃശ്യം കാണിച്ച് ആ വിഷയം അവർ അവസാനിപ്പിച്ചു. പിന്നെ മാഞ്ചസ്റ്ററിലെ ക്രിക്കറ്റുകളിയുടെ ലൈവ് ദൃശ്യ

ങ്ങൾക്കായുള്ള കാത്തിരുപ്പായി. മാഞ്ചസ്റ്ററിലും മഴയുണ്ട്. കളി മുട ങ്ങിയേക്കും. തുള്ളിത്തുള്ളിയായി മഴ പെയ്യുന്നതു മാത്രം കുറേ കാണി ച്ചിട്ട് ടെലിവിഷൻ ഹിന്ദി പറയുന്ന ഒരു തടിയനും ഹിന്ദിയും ഇംഗ്ലീഷും പറയുന്ന ഒരു മെലിഞ്ഞ മനുഷ്യനും തമ്മിലുള്ള സംവാദത്തിലേക്ക് അവളെ ക്ഷണിച്ചു. അവർ തീർച്ചയായും കാശ്മീരിലെ യുദ്ധത്തെപ്പറ്റി പരാമർശിച്ചേക്കുമെന്നവൾക്കുറപ്പുണ്ടായിരുന്നു. അവളുടെ ഭർത്താവിന്റെ പേരും പറയുമെന്നവൾക്കു തോന്നി. അവൾ സ്വയം തിരുത്തി. രക്ത സാക്ഷിയായതിനുശേഷമേ പട്ടാളക്കാരനു വിലയുള്ളൂ.

ഇന്ത്യക്കു ഞങ്ങളെ വേണം. ഇന്ത്യയില്ലെങ്കിൽ എന്തു ജീവിതം?

ഭർത്താവ് മരണത്തെക്കുറിച്ചു സംസാരിക്കുമ്പോഴെല്ലാം രേവതി വിലക്കിയിരുന്നു. ദേശസ്നേഹത്തിന്റെ പരിണാമമോ മരണവാഞ്ഛ എന്നവൾ ഭയപ്പെട്ടു.

മാഞ്ചസ്റ്ററിലെ മഴയൊഴിഞ്ഞു. അവൾ മകനെ വിളിച്ചു.

"നല്ല കുട്ടിയായി വന്ന് ഈ മാച്ചു കാണ്."

അവൻ കുടുകുടു ശബ്ദം കേൾപ്പിച്ചു കൊണ്ട് ഓടിയെത്തി.

"എന്റച്ഛൻ എന്നു വരും. പറ വേഗം."

രേവതി മിഴിച്ചിരുന്നു പോയി. കളി നടക്കുമ്പോൾ യുദ്ധം നിർത്തി വച്ചേക്കുമെന്നവൾ വിശ്വസിച്ചു. അദ്ദേഹം ഉടൻ വരുമായിരിക്കും. സ്ക്രീനിൽ ചുവന്ന വെളിച്ചം മാത്രം പരന്നു. ആ രക്തഛവിയിൽ മുള പൊട്ടിയ ഒരു കറുത്ത പാടു വളർന്നു വളർന്ന് ഒരു ക്രിക്കറ്റു പന്തായി സ്ക്രീനിൽ നിറഞ്ഞു നിന്നു. കളി തുടങ്ങി. മഴയിൽ കുതിർന്നു വീർത്ത ഒരു സായിപ്പ് കൈകൾ കൊണ്ട് ആംഗ്യം കാണിച്ച് ഗ്രൗണ്ടിൽ നടന്നു. പാഞ്ഞു കത്തി വരുന്ന തീയുണ്ട കണ്ടപ്പോൾ ഇന്ത്യക്കാരൻ ബാറ്റിൽ മുറുകെപ്പിടിച്ചു നിന്നു. പന്ത് തലയിൽ കൊള്ളാതെ ആ തുഴക്കാരൻ രക്ഷപ്പെട്ടു. ഗാലറിയിൽ തലകുത്തി നിന്നു കൂവുന്ന ഒരു വേഷത്തിന്റെ നേർക്ക് അടുത്ത പന്തു പാഞ്ഞു പോയി. പന്തു കൊണ്ട് ഒരു കൂട്ടം പ്രാവുകളിലൊന്ന് ചത്തുമലച്ചു.

ജീവിക്കുന്ന ഇതിഹാസം, ഇന്ത്യയെ രക്ഷിക്കാനായി ഇന്നു കളി ക്കുകയാണ്.

കമന്റേറ്റർ വിളിച്ചു കൂവി.

രേവതി നെടുവീർപ്പിട്ടു. യുദ്ധം ചെയ്യുന്ന പട്ടാളക്കാർക്കു കാണാൻ പാകത്തിൽ കളിയുടെ സമയം ക്രമീകരിക്കേണ്ടതാണെന്നവൾക്കു തോന്നി. രണ്ടു ഷെല്ലാക്രമണങ്ങൾക്കിടയിൽ ഒരു വൺഡേ മാച്ച്. അല്ലെങ്കിൽ രണ്ടോവറുകൾക്കിടയിൽ ഒരു മിസൈൽ. ടീ ബ്രേക്കിൽ ഒരു ബോംബിംഗ്. ശത്രു കൊല്ലപ്പെടുകയാണ് പ്രധാനം. പെട്ടെന്ന്, റിപ്ലേയുടെ ചിത്രം കുറുകെ മുറിച്ച് ഒരു സുന്ദരി അടിവസ്ത്രം മാത്രം ധരിച്ചു നിന്നു തുള്ളാൻ തുടങ്ങി. അവൾ അലൂമിനിയം പൂശിയ പല്ലുകൾ കാണിച്ചിട്ട് ഒരു ടൂത്ത് പേസ്റ്റിനുള്ളിലേക്ക് ഊളിയിട്ടു പോയി. അപ്പോൾ ഗാലറി അലറി വിളിക്കാൻ തുടങ്ങി. ഭാരത് മാതാ കീ.

ഇന്ത്യാ അടിച്ചു കയറു.

അലർച്ചയുടെ പശ്ചാത്തലത്തിൽ ഇന്ത്യൻ കളിക്കാരുടെ മുഖങ്ങൾ

ഓരോന്നായി പ്രകാശിച്ചു ചുവന്നപ്പോൾ രേവതി അവളുടെ സോഫായിൽ മുന്നോട്ടാഞ്ഞിരുന്നു.

ഇന്ത്യൻ ദുഃഖങ്ങളിൽ നിന്നും തല്ക്കാലത്തേക്കു രക്ഷപ്പെട്ടിരുന്ന അവളെ, വിദൂരദേശത്തെ മൈതാനത്തുനിന്നും ആ ഡ്രോയിങ് റൂമിലേക്കു കൂട്ടിക്കൊണ്ടു വരാനെന്നോണം മകൻ വിളിച്ചു.

അച്ഛന്റെ കത്തു വന്നൂമ്മേ. രസം മുറിഞ്ഞപ്പോൾ അവൾ കത്തു വായിച്ചു അലക്ഷ്യമായി മടിയിലിട്ടു. ഒരു കുപ്പിപാനിയത്തിനു പുറമേ സാരിയുടുത്ത ഒരു സുന്ദരിപ്പെണ്ണ് വൃത്തികെട്ട ഭയങ്കരനായ ഒരാളെ പിന്തുടരാൻ തുടങ്ങി. അയാൾ ആ കുപ്പിപാനീയം മുക്കാലും കുടിച്ചിട്ട് ആർത്തിയോടെ ഓടിയടുക്കുന്ന പെണ്ണിനെറിഞ്ഞു കൊടുത്തു. അവർ ആലിംഗനബദ്ധരായി പാറയിടുക്കിലേക്കു പാഞ്ഞു കയറിപ്പോയി. അംബ രീഷിന്റെ മുഖമുള്ള ഒരു വാർത്താവായനക്കാരൻ അതിർത്തിയുദ്ധത്തെ ക്കുറിച്ച് എന്തോ പറഞ്ഞ് ഗൂഢമായ ചിരിയോടെ രേവതിക്ക് ആശംസകൾ നേർന്നു. ഓരോ ആവശ്യത്തിനായി കളി മുറിയുന്നതനുസരിച്ച് അവൾക്കു ദേഷ്യം വന്നു തുടങ്ങി. കറുപ്പും വെളുപ്പും നിറമുള്ള പട്ടിക്കുഞ്ഞ് അവളുടെ സാരിത്തുമ്പു കടിച്ചു വലിച്ചു. അവളുടെ പാദത്തിൽ മൂക്കുകുത്തി ഇക്കിളി പ്പെടുത്തി.

ശത്രുക്കൾ, എങ്ങും ശത്രുക്കൾ. ഒന്നു സ്വസ്ഥമായിരുന്നു കളി കാണാൻ കഴിയുന്നില്ല.

വട്ടച്ചൊറി ശല്യം ചെയ്യുന്ന ഒരു കളിക്കാരൻ പന്ത് കൊണ്ട് തുടകൾക്കിടയിൽ മാന്തികാണിച്ചു.
അപ്പോഴാണ് അംബരീഷെത്തിയത്.

"ഇതയാളുടെ എത്രാമത്തെ ഓവറാ രേവതീ."

പന്ത് ബൗണ്ടറിയിലേക്ക് പായിച്ച് ഇന്ത്യൻ തുഴക്കാരൻ ടയർ കമ്പനിയുടെ പേരെഴുതിയ തുഴ നീട്ടിക്കാണിച്ചു. – നാളേ. ഒരു സോപ്പു തേച്ചുകുളിച്ചവനെ പാർക്കിൽ വച്ച് ഒരമ്മൂമ്മ കാമാതുരയായി ചുംബി ക്കുന്നതു കണ്ടപ്പോൾ അംബരീഷ് ചിരിച്ചു പോയി.

"നല്ല സോപ്പ്. രേവതി കുളിച്ചിട്ടുണ്ടോ."

അവൾക്ക് ദേഷ്യമിരട്ടിച്ചു. കുത്തുവാക്കുകളും മയക്കുചിരിയുമായി അവൻ വീണ്ടും വന്നിരിക്കുന്നു. അവൾ ഒന്നും മിണ്ടിയില്ല.

"എനിക്കറിയാം. ഇന്നലെ കളിവാക്കു പറഞ്ഞതിനു രേവതിക്കു പിണക്കമായോ."

അവൾ കളി കാണുകയായിരുന്നു.

"കരയരുത്."

കവിളിൽ അയാളുടെ കൈതൊട്ടപ്പോൾ രേവതി ഞെട്ടിയുണർന്നു.
"വൃത്തികെട്ടവനേ നീയെന്താണ് ചെയ്യുന്നത്."

നാടൻ മദ്യത്തിന്റെ ഗന്ധം മുഖത്തേക്കടുത്തപ്പോൾ അവൾ മകനെ വിളിച്ചു. ഓടിയെത്തിയ മകൻ അംബരീഷിന്റെ നേർക്ക് തുഴ വീശിയടിച്ചു. ചരിഞ്ഞു മാറിയ അയാൾ വാതിലും കടന്ന് നടവഴിയിലേക്കു രക്ഷപ്പെട്ടു. ആ മുറിയിൽ അയാൾ ബാക്കിയിട്ടിരുന്ന ശാപവാക്കുകൾ അവളെ

നോവിച്ചു.

"നിന്റെയ്യാൾ ഉടനേ വരുമെടീ, പെട്ടിയിൽ"

ഒരു സിക്സർ സ്വപ്നം അവളുടെ കണ്ണുകളെ കലക്കിക്കളഞ്ഞു. ചോരയൊലിക്കുന്ന ഒരു പരസ്യരംഗം ദൃശ്യമായി. മഞ്ഞുകട്ടകൾ ക്കിടയിൽ എന്തോ കിടന്നു പിടച്ചു. അവളുടെ നെറ്റി വിയർത്തു. അവൾ പകൽ വെട്ടം നിറഞ്ഞ ആ മുറിയിൽ ഇരുളിന്റെ അല്പം സുരക്ഷിതത്വ ത്തിനു കൊതിച്ചു. മടിയിൽ നിന്നും കരിഞ്ഞ മാംസത്തിന്റെ മണമുയ രുന്നതായി അവൾക്കനുഭവപ്പെട്ടു. അവൾ മടിയിൽ കിടന്ന കത്തു പൊളിച്ചു.

രേവതീ പ്രാർത്ഥിക്കണം.

ഭർത്താവ് ദുർഗ്ഗമമായ ഹിമമലയുടെ തിളക്കങ്ങളിലേക്കു പോകു കയാണ്. അയാൾ മറ്റൊരു ഭടനോടൊപ്പം ഷെല്ലും തോളിലേറ്റി മല കയ റുന്ന പടവും കത്തിനൊപ്പമുണ്ട്. വിജയസാദ്ധ്യത തീരെയില്ലാത്ത ഇന്ത്യൻ ടീമിനെ കുറിച്ചു കമന്റേറ്റർ ഓർമ്മിപ്പിച്ചു. ജീവിക്കുന്ന ഇതി ഹാസം പൂജ്യത്തിന് ഔട്ടായെന്നറിഞ്ഞപ്പോൾ അവളറിയാതെ കത്തു താഴെ വീണു. ക്രിക്കറ്റ് പരിശീലിക്കുകയായിരുന്ന മകൻ ഓടിച്ചെന്ന് കത്തെടുത്ത് ഉറക്കെ വായിച്ചു.

യുദ്ധം തുടരുന്നതിനാൽ ഈ മാസവും പണമയക്കാൻ കഴിയില്ല. മോനേ ശ്രദ്ധിക്കണേ.

"എനിക്കു വിശക്കുന്നു. ടി.വി നിർത്തൂ, അമ്മേ."

അവൾ ദേഷ്യപ്പെട്ടു. അപ്പോൾ തന്നെ കറന്റും പോയി. മകൻ തുള്ളിച്ചാടി.

"എന്റെ പ്രാർത്ഥന ഫലിച്ചേ. ഇനിയെങ്കിലും എഴുന്നേല്ക്ക്. എന്നോ ടൊപ്പം വരൂ അമ്മേ."

അവൾ സോഫയിൽ ചാഞ്ഞിരുന്ന് ശപിക്കാൻ തുടങ്ങി.

നീ ഉണ്ടായതാണെടാ എല്ലാ കുഴപ്പങ്ങൾക്കും കാരണം. നീ ശത്രുവാണ്. നിന്റെ ഈ പട്ടിക്കുട്ടിയും, ഇടയ്ക്കിടെ മുടങ്ങുന്ന കറന്റും എല്ലാമെല്ലാം ശത്രുക്കൾ. ആ അംബരീഷും. ശത്രുക്കളൊക്കെ നശിച്ചു പോട്ടെ.

മകൻ മുറ്റത്തേക്കു ചാടിപ്പോയി. ആലിപ്പഴം പോലെ കുപ്പിച്ചീലുകൾ പൊട്ടിച്ചിതറുന്നതായും, ഇരുണ്ട പാറമലക്കിടയിലേക്ക് ആരൊക്കെയോ നുണിറങ്ങുന്നതായും അവൾക്കു തോന്നി. വെടിമരുന്നിന്റെയും പച്ചമാംസം വേകുന്നതിന്റെയും മണമുണ്ടായി.

ജനാലച്ചില്ലുകൾ തകർന്നു. മകന്റെ പൊട്ടിച്ചിരി കേട്ടു.

"അംബരീഷങ്കിലേ. ഒരോവറുടെറിയു. എന്റമ്മയെയൊന്നു കാണട്ടെ. നാണം കെടട്ടേ. പ്ലീസ്."

അവൾ ചെന്നപ്പോൾ തുഴ വീശിയടിക്കുകയായിരുന്നു, മകൻ. അവ ളുടെ നേർക്ക് ഒരു കറുത്ത കോർക്കു പന്ത് നീട്ടിയെറിയാൻ ഒരുങ്ങുക യായിരുന്നു അംബരീഷ്. പന്തല്ല. ഉരുണ്ടുരുണ്ടു വരുന്ന ഭൂമി. കത്തുന്ന തീഗോളം. അതിൽ ഇന്ത്യ എവിടെ?

സ്നേഹത്തഴമ്പ്

ഇന്റൻസീവ് കെയർ യൂണിറ്റിന്റെ ചില്ലുജാലകം നോക്കിയിരിക്കു കയാണ്, ഗോപാലൻ. ആ പച്ചത്തുണിക്കപ്പുറം രാധച്ചേച്ചിയുണ്ട്.

'മരിച്ചാലും എന്റെ കണ്ണുകൾ തുറന്നു തന്നെയിരിക്കും, അതു നിന്നെ കാണാനാണ്.' ആരാണങ്ങനെ പറഞ്ഞത്? ആര്?

ആശുപത്രിച്ചുമർ ചാരിയിരുന്ന് അയാൾ ഭയപ്പെട്ടു. ആരോ പിന്തുട രുന്നുണ്ടെന്ന തോന്നൽ. നേരറിയുന്ന രണ്ടു കണ്ണുകൾ, അയാളുടെ ചെറിയ തമാശകളെപ്പോലും പ്രോത്സാഹിപ്പിച്ചിരുന്ന പൊട്ടിച്ചിരി എല്ലാം അയാളുടെ വിദൂര ഭൂതകാലത്തു നിന്നും അയാളെ തേടിയെത്തിയിരി ക്കുന്നതു പോലെ. കടുത്ത നിരാശയിൽ, മുഷ്ടി ചുരുട്ടി നെറ്റി താങ്ങിയി രുന്ന് ഒരിളം കാറ്റിന്റെ തലോടലിൽ ഗദ്ഗദങ്ങളോ നിശ്വാസങ്ങളോ അയാ ളുറിഞ്ഞു.

'ഇല്ല മോനേ ചേച്ചിക്കൊന്നും വരില്ല. ധൈര്യമായിരിക്ക്.'

ചില്ലുജാലകത്തിന്റെ പർദ്ദ ഇളകി മാറിയപ്പോൾ ഒത്തിരിപ്പേർ അവിടേക്കോടിച്ചെന്നു തിക്കിത്തിരക്കി. അവരുടെ കഴുത്തുകൾക്കും കക്ഷങ്ങൾക്കുമിടയിലൂടെ അകത്തേക്കു നോക്കാനും രാധച്ചേച്ചിയെ ഒരു നിമിഷത്തേക്കെങ്കിലും കാണാനുമുള്ള അയാളുടെ ശ്രമം പരാജയപ്പെട്ടു.

കടന്നു കയറ്റത്തിൽ അയാൾ എന്നും പുറകിലായിരുന്നു.

"ഗോബാലാ നീ ഒറ്റ അളിയനാ എനിക്ക്. അതോണ്ടു പറേവാ. പണ ത്തിനു വേണ്ടി മാത്രമായി നീയിങ്ങനെ ജീവിതം തുലച്ചു കളയരുത്."

ചേച്ചിയുടെ ഭർത്താവിന്റെ നിരന്തരമായ ഉപദേശം അതിന്റെ വഴി കണ്ടെത്തി. ജോലി ഉപേക്ഷിച്ച് മറുനാട്ടിൽ നിന്നും കൈനിറയെ പണ വുമായി തിരിച്ചെത്തിയപ്പോൾ സ്നേഹത്തിന്റെ വിലയറിയുകയായിരുന്നു, ഗോപാലൻ. കൈവിരലുകളുടെ പിടിയിൽ നിന്നും സമ്പാദ്യം പറന്നു പോയി. ത്യാഗം ചെയ്തു നശിക്കുന്നതിനെതിരെ ചേച്ചി രഹസ്യമായി

അയാളെ താക്കീതു ചെയ്തു.

"മോനേ, നീയെന്റെ നെറ്റിയിലെ കരുവാളിച്ച ഒരു മുറിവിന്റെ അട
യാളം കണ്ടോ?"

അയാൾ ചെറുപ്പത്തിൽ എറിഞ്ഞു പറ്റിച്ച മുറിവാണത്. ചേച്ചി
അതിന് സ്നേഹത്തഴമ്പ് എന്നു പേരിട്ടു. അവർ പറഞ്ഞത് സ്നേഹ
ത്തഴമ്പ് അവർക്കൊരലങ്കാരമാണെന്നാണ്. അയാളുടെ നെഞ്ചു നീറി.

"നിന്റെ പണം ആ ദുഷ്ടനു കൊടുത്ത് നീയിങ്ങനെ നശിക്കരുത്."

ചിതലരിക്കുന്ന വീടിന്റെ കഴുക്കോലുകളും വാതിൽപ്പാളികളും
ചൂണ്ടി അവർ എത്ര തവണ ഓർമ്മിപ്പിച്ചു.

"നിനക്കൊരു ജീവിതമില്ലേ ഗോപാലാ......"

"എനിക്കു നിങ്ങളുണ്ടല്ലോ. എന്റെ ചേച്ചിയും കുഞ്ഞുങ്ങളും."

പച്ചപ്പർദ്ദക്കപ്പുറം രാധച്ചേച്ചി സുഖം പ്രാപിക്കുകയായിരിക്കും. ചേച്ചി
ക്കെന്താണു പറ്റിയത്? ഭർത്താവും കുട്ടികളുമെവിടെ?

വാതിൽ തുറന്ന നേഴ്സ് വിളിച്ചു ചോദിച്ചു : "കഞ്ഞിയുണ്ടോ."

ആൾക്കൂട്ടം 'കഞ്ഞി, കഞ്ഞി' എന്നു പിറുപിറുത്തു. ഗോപാലൻ
അതിശയിച്ചു. ഇവിടെ രാധച്ചേച്ചിക്ക് ഇത്രയേറെ ബന്ധുക്കളോ? കഞ്ഞി
പ്പാത്രം നീട്ടാൻ രണ്ടു സ്ത്രീകൾ മത്സരിച്ചു."

"രാധച്ചേച്ചിക്ക് ഈ കഞ്ഞി കൊട്"

"അതു കൈവെഷമാ. ഇതു കൊട്."

ഒരു പാത്രം പിടിച്ചു വാങ്ങിക്കൊണ്ട് നേഴ്സ് തിരിച്ചു പോയി.

ഏറെ നേരം കാത്തിരിപ്പ്. അയാൾ വാതിലിൽ മുട്ടി വിളിച്ചു. ക്രുദ്ധ
മായ നോട്ടത്തോടെ കതകു തുറന്ന നേഴ്സിനോടയാൾ കെഞ്ചി.

"രാധച്ചേച്ചിയെ ഒന്നു കാണണം."

ഒന്നും പ്രതികരിക്കാതെ, ദുഷ്ടമായ ഞരക്കത്തോടെ കതകടഞ്ഞു.
സ്ത്രീകൾ പരസ്പരം ചോദിച്ചു.

"ആരാടീ, ഈ പുതിയ ബന്ധു."

ഒരു വല്ലാത്ത ശബ്ദത്തോടെ അലാറം മുഴങ്ങുന്നതും, കതകുകൾ
വേഗം തുറന്നടയുന്നതും ഡോക്ടർമാരും സഹായികളും ഓടിനട
ക്കുന്നതും വിയർക്കുന്നതുമൊക്കെ കാണായി. ഡോക്ടർമാർ സ്ഥലം
വിട്ടപ്പോൾ ആർദ്രനയനങ്ങളോടെ നഴ്സ് ആൾക്കൂട്ടത്തെ അറിയിച്ചു.

"ഹോപ്പില്ല, കഴിഞ്ഞു പോയി."

കൂട്ടക്കരച്ചിലിനിടയിൽ ഒരു സ്ത്രീ വിളിച്ചു പറഞ്ഞു. "അവൾടെ
കഞ്ഞി കൊടുത്തപ്പോഴേ അറിയാം. എല്ലാം പോയില്ലേടീ."

മലർക്കെ തുറന്ന ഐ സി റൂമിലേക്കയാൾ ഓടിച്ചെന്നു. ഭാഗ്യം.
മരിച്ചത് അയാളുടെ രാധച്ചേച്ചിയല്ല. മറ്റാരോ ആണ്. സന്തോഷം പ്രക
ടിപ്പിക്കാതെ അയാൾ അപരാഹ്നത്തിന്റെ തളർച്ചയിലേക്കിറങ്ങി നടന്നു.
വഴിവിട്ട തോന്നലുകളാണെല്ലാമെന്ന് ആലോചിച്ചു കൊണ്ട് അയാൾ
ആശുപത്രികെട്ടിടത്തിന്റെ ഗാംഭീര്യം ആസ്വദിച്ചു നടന്നു. രാധച്ചേച്ചിക്ക്
സുഖമില്ലെന്ന് അയാളോടാരാണ് പറഞ്ഞത്. അയാൾക്ക് ഒരെത്തും

പിടിയും കിട്ടിയില്ല. ഇത്രയും ദൂരം താണ്ടി വന്നിട്ട് രാധച്ചേച്ചിയെയും കുട്ടികളേയും കാണാതെ പോകുന്നതെങ്ങനെ? പക്ഷേ. അവരുടെ ആ ദുഷ്ടനായ ഭർത്താവ്? അയാൾക്കു നൽകാൻ ഗോപാലന് സമ്പാദ്യ മൊന്നും മിച്ചമുണ്ടായിരുന്നില്ല. പോകണോ? വേണ്ടായോ? ഒരു തീരു മാനമെടുക്കാനാവാതെ അയാൾ കുഴങ്ങി.

അയാളെ പൊടിമണ്ണിൽ കുളിപ്പിച്ചു കൊണ്ട് ഒരു കാർ വന്നു നിന്നു.

"മോനേ, ഗോപാലങ്കുട്ടീ."

കാറിൽ നിന്നും രാധച്ചേച്ചിയുടെ വിളി കേട്ട് അയാളുടെ പ്രായം നാല്പതു വർഷം പുറകോട്ടു പോയി. ചേച്ചിയുടെ ഭർത്താവ് ഇറങ്ങി ചെന്ന് അയാളുടെ കൈകടന്നു പിടിച്ചു കൊണ്ട് അവിടെ നിന്നും അകന്നു മാറി.

"ഗോബാൽ, നീയവളെ കാണരുത്. ഒന്നും ചോദിക്കരുത്. രോഗം മൂർച്ഛിക്കും."

"പറ്റില്ല, പറ്റില്ല."

ഗോപാലൻ ഒരു കൊച്ചു കുട്ടിയെപ്പോലെ കൈ കുതറിമാറാൻ ശ്രമിച്ചു. അതു കണ്ട് രാധച്ചേച്ചിയുടെ മൂത്തമകൻ ഓടിച്ചന്ന് അയാളുടെ തോളിൽ അമർത്തിപ്പിടിച്ചു.

"അമ്മാവാ, ഞങ്ങളനുവദിക്കാതെ താനവരെ കാണാൻ പോകു ന്നില്ല. വന്നവഴിക്കു പോണം."

ഗോപാലൻ സ്തംഭിച്ചു പോയി. ആശുപത്രി വരാന്തയിൽ ഒരൊ ഴിഞ്ഞ കോണിൽ, ട്യൂബ് ലൈറ്റിന്റെ വെള്ളിവെളിച്ചത്തിൽ പൊരിഞ്ഞ് എത്ര നേരം അയാളങ്ങനെ ഇരുന്നെന്നറിഞ്ഞില്ല. കാലം അയാൾക്കു മുമ്പിലൂടെ അയഥാർത്ഥമായ ഒരു തീവണ്ടിയിൽ പായുകയായിരുന്നു. വർഷങ്ങൾ പൂത്തിരിയായി കത്തിയമരുന്നത് അയാളെ നടുക്കി. നടുക്ക ത്തിലും ഒരു നേർത്ത പുഞ്ചിരിയുടെ അടയാളം അയാളുടെ മുഖ പേശിയിൽ അവശേഷിച്ചിരുന്നു. അയാൾക്കവിടം വിട്ടു പോകാൻ കഴി യുമായിരുന്നില്ല. ചേച്ചിയുടെ വിളിക്കു കാതോർത്ത് അയാളങ്ങനെ ഇരുന്നു.

അളിയൻ അടുത്തെത്തിയതായി തമ്പാക്കിന്റെ ദുഷ്ടമായ മണ ത്തിൽ നിന്നും അയാളറിഞ്ഞു.

"നീ വിഷമിക്കരുത്, ഗോബാൽ."

ചെറുപ്പത്തിൽ ചേച്ചി എടുത്തുകൊണ്ടു നടന്നതും കളിപ്പാട്ടങ്ങൾ വാങ്ങിക്കൊടുത്തതുമെല്ലാം അയാൾ ഒരിക്കൽ കൂടി പറയാൻ തുടങ്ങി യപ്പോൾ ഗോപാലൻ തടഞ്ഞു.

"ഇനിയും നിങ്ങളിങ്ങനെ പറഞ്ഞിട്ടു കാര്യമില്ല. എനിക്കിനി സ്വത്തുക്കളൊന്നും തരാനില്ല."

അളിയൻ തമാശ അഭിനയിച്ചു. "നീ കരുതുന്നതുപോലെ അവൾക്കു നിന്നോടു സ്നേഹമില്ല. അവൾ നിന്നെ ശപിക്കാത്ത ദിനങ്ങളില്ല."

ഗോപാലൻ വെറുതേ ചിരിച്ചു. രാധച്ചേച്ചിയെ ഐ സി യൂണിറ്റിൽ

പ്രവേശിപ്പിച്ചു എന്നും ആ പച്ച പർദ്ദക്കപ്പുറം അവർ നേഴ്സുമാരോടു തമാശ പറഞ്ഞിരിക്കുകയാണെന്നും അളിയൻ പറഞ്ഞു.

"നിന്നെ കാണാതിരിക്കാനാണവൾക്കിഷ്ടം. നീ പോയിക്കഴിഞ്ഞേ അവൾ പുറത്തു വരൂ."

ഗോപാലൻ നിസ്സംഗതയോടെ കേട്ടിരുന്നു.

ചിലപ്പോൾ നിന്നെ പേടിപ്പിക്കാൻ അവൾ നേരേ മോർച്ചറിയിലേക്കു നീങ്ങിപ്പോയെന്നും വരും. നീ ദുഷ്ടനായിത്തന്നെ അഭിനയിച്ചേക്ക്, നിന്റെ ചേച്ചിയെ ചീത്ത പറഞ്ഞേക്ക്. അവളുടെ ദുഷ്കഥകൾ പേർത്തും പേർത്തും പറഞ്ഞ് നിന്റെയുള്ളിൽ ശത്രുത വളർത്ത്.

യാത്രക്കിടയിൽ എപ്പോഴോ കഴിച്ച ഹോട്ടൽ ഭക്ഷണത്തോടൊപ്പം ഉള്ളിൽക്കടന്ന കീടാണുക്കൾ ഗോപാലന്റെ വയറ്റിൽ പെറ്റുപെരുകിക്കൊ ണ്ടിരുന്നു. ഗോപാലൻ എരിയുകയായിരുന്നു. ഐ സി യൂണിറ്റിൽ ഡോക്ടർമാർ ചേച്ചിയെ രക്ഷിക്കാൻ ശ്രമിക്കുന്നു.

"ഗോബാൽ, നീ ശത്രുത വളർത്തി, വളർത്തി ഇവിടെ നിന്നും അകന്നു പോ. അവൾ നിന്നെ കണ്ടാൽ വെറുപ്പു കൊണ്ടു മരിക്കും. നീയിനിയും അവളുടെ നെറ്റി എറിഞ്ഞു പൊട്ടിച്ച് അവളെ കൊല്ലുമെന്ന വൾ ഭയക്കുന്നുണ്ട്."

കരച്ചിൽ പുരുഷനുള്ളതല്ലെന്നോർത്ത് ഗോപാൽ എഴുന്നേറ്റു. ഐ സി യൂണിറ്റിലെ പച്ചത്തുണി ഒരിക്കൽ കൂടി മാറി. ജനം തള്ളിക്കൂടി. അയാളും അങ്ങോട്ടോടി. അളിയനും മക്കളും കൂടി അയാളെ തള്ളി മാറ്റി. നേഴ്സ് വാതിൽ തുറന്നു പിടിച്ചു.

"രാധയുടെ കൂടെ വന്ന ഗോപാലൻകുട്ടിയെവിടെ?"

വാതിലിലേക്ക് അയാൾ കുതിച്ചു. അളിയനെയും മക്കളെയും നേഴ്സ് തടഞ്ഞു. ഗോപാലങ്കുട്ടിയെ കണ്ടാൽ മതി.

ചേച്ചിയുടെ നെറ്റിയിലെ സ്നേഹത്തഴമ്പു തിളങ്ങി നിന്നു. ഗോപാ ലൻ ഒരു കൊച്ചുകുഞ്ഞായി മാറി. ചേച്ചിയുടെ കണ്ണുകൾ തുളുമ്പി. അയാ ളുടെ മുഖത്തു തലോടി

"മോനേ, നിന്നോടു ക്രൂരത കാട്ടി. നീ പൊറുക്കണം."

അയാൾ മന്ദഹസിക്കാൻ ശ്രമിച്ചു.

നേഴ്സ് ധൃതി കാട്ടി. "മതി മതി. പുറത്തു പോകണം."

തുറന്നു വച്ച ഒരു ജോഡി കണ്ണുകൾ അയാളെ പിന്തുടരുന്നുണ്ടാ യിരുന്നു. അയാളുടെ കാഴ്ചയിലേക്ക് പച്ചത്തുണിത്തുണ്ടം ആരോ വലിച്ചിട്ടു.

ധൃതരാഷ്ട്രർ

വൈകുന്നേരത്തെ വാർത്താബുള്ളറ്റിനുകൾ ഇന്നും രക്തപങ്കില
മായിരിക്കും. നാടോടിപ്പെൺകുട്ടി കൊല്ലപ്പെട്ടതിന്റെ കവറേജുണ്ടാവും.
കുറ്റവാളിയുടെ കുടുംബ പശ്ചാത്തലം ഏറെ ശ്രദ്ധേയമാണ്. ജീവിതം
സാമൂഹ്യ പ്രവർത്തനത്തിനായി ഉഴിഞ്ഞുവച്ച ഒരു വലിയ മനുഷ്യന്റെ
മകനാണ് അയാൾ എന്നത് പ്രത്യേകം പരാമർശിക്കപ്പെടേണ്ടതാണ്.
സാമൂഹ്യപ്രതിബദ്ധതയുള്ള ഒന്നിലേറെ സ്ഥാപനങ്ങളുടെ അദ്ധ്യക്ഷനും
പ്രായപൂർത്തിയായ രണ്ടുപെൺമക്കളുടെ പിതാവുമാണ് ഘാതകൻ
എന്നത് നമ്മുടെ നാടിനെ ബാധിച്ചു കഴിഞ്ഞ ചില തെറ്റായ പ്രവണത
കളിലേക്കു വെളിച്ചം വീശുന്നുണ്ട്.

നാടോടിപ്പെൺകുട്ടിക്ക് ഭക്ഷണം കൊടുക്കാമെന്നു പറഞ്ഞായിരുന്നു
ഒറ്റപ്പെട്ട ആ സ്ഥലത്തേക്ക് അയാൾ കൊണ്ടുപോയത്. മുഷിഞ്ഞു നാറിയ
വസ്ത്രങ്ങൾ ധരിച്ചിരുന്നിട്ടും ആ ആറുവയസ്സുകാരിയുടെ മെലിഞ്ഞ
ശരീരം അയാൾക്കിഷ്ടമായി. അയാൾക്ക് അധികം ബലം പ്രയോഗി
ക്കേണ്ടി വന്നില്ല. അവൾ വേഗം കീഴ്പ്പെട്ടുപോയി. എല്ലാം കഴിഞ്ഞ് നിശ്ചേ
ഷ്ടയായിക്കിടന്നുപോയ അവളിൽ നിന്നും അയാൾ എഴുന്നേറ്റു. അയാൾ
താല്ക്കാലികമായി ഭയാശങ്കകൾക്കു കീഴടങ്ങി. തണുത്തു തുടങ്ങിയ
ആ ശരീരത്തിലെ മാംസം കൊച്ചുപിച്ചാത്തികൊണ്ട് വാർന്നെടുത്തു
നുറുക്കി അയാൾ കുറ്റിക്കാട്ടിലേക്ക് എറിഞ്ഞുകൊണ്ടിരുന്നു. കാക്ക
കൾക്കും ഉറുമ്പുകൾക്കും സുഖത്തിന്റെ നാളായിരുന്നു. ആ ശരീരത്തോ
ടുള്ള കൊതി തീരാത്തതിനാൽ മുറിച്ചെടുത്ത അവളുടെ ഇളം ചുണ്ടുകൾ
അയാൾ കളഞ്ഞില്ല. അയാൾ അത് ഏറെ നേരം വായിലിട്ടു കടിച്ചുചവച്ചു
തിന്നു. എല്ലിൻകൂടും വസ്ത്രങ്ങളുംകൂടി അയാൾ ചെളിക്കുളത്തിൽ
ചവിട്ടിത്താഴ്ത്തുമ്പോഴായിരുന്നു അവളെ അന്വേഷിച്ച് നാടോടികൾ

എത്തിച്ചേർന്നത്. അവർക്കു പുറകെ നാടാകെ ആ ചെളിക്കുളത്തിൻ കരയിലേക്കു പാഞ്ഞു ചെന്നു. തല്ലും തൊഴിയുമേറ്റ് അയാൾ കുളത്തിൻ കരയിൽ വീണു.

ഇന്നു പകൽ വികാരാധിക്യത്താൽ അയാളെ ഉപദ്രവിക്കുകയും കൊന്നുകളയണമെന്ന് ആക്രോശിക്കുകയും ചെയ്ത നാട്ടുകാർ തന്നെ യായിരിക്കും വരും നാളുകളിൽ കോടതി വരാന്തയിലിരുന്ന് വക്കീലന്മാർ കാണാപ്പാഠം പഠിപ്പിച്ച പൊയ്മൊഴികൾ ഉരുവിടുന്നത്. പൊലീസുകാർ അയാളെ ആദ്യം വീട്ടിലേക്കാണ് കൊണ്ടുപോയത്. പ്രതാപത്തോടെ തല ഉയർത്തിനിന്ന ആ വലിയ വീടിന്റെ മുറ്റത്തെ തണലിലിട്ട ചാരുകസേ രയിൽ കിടക്കുകയായിരുന്നു അയാളുടെ അച്ഛൻ. തേജസ്സു നഷ്ടപ്പെട്ട കണ്ണുകളിൽ വെയിൽച്ചൂടരിച്ചു കയറിയപ്പോൾ വൃദ്ധന് വിശക്കാനുള്ള പകലായെന്നു മനസ്സിലായിരുന്നു. അപ്പോഴാണ് മുറ്റത്തെ പൊടി ഉയർ ത്തിക്കൊണ്ടുവരുന്ന ആളുകളുടെ ആരവം കേട്ടത്. നൂറുകണക്കിനു കാലുകൾ ആ വീടിന്റെ വഴിത്താരയിലൂടെ കടന്നുചെല്ലുകയായിരുന്നു. ആ ഗ്രാമം മുഴുവൻ വന്ന് ആദരവോടെ മുമ്പിൽ നില്ക്കുന്നതായി അയാൾക്കു തോന്നി. പക്ഷെ ആ കാഴ്ചയെ അയാളുടെ തിമിരക്കണ്ണുകൾ വിലക്കിക്കളഞ്ഞു.

ബലഹീനത മറച്ചുവെച്ച് അയാൾ പഴയ ആഢ്യത്വത്തോടെ അവരെ എതിരേറ്റു.

കടന്നുവരിൻ, കാഴ്ചയ്ക്കു തെളിച്ചമില്ലെന്നേയുള്ളൂ. ആൾക്കൂട്ട ത്തിന്റെ ബഹളത്തിനിടയിൽ പൊലീസുകാർ പറഞ്ഞതു കേൾക്കാൻ അയാൾ ഏറെ കഷ്ടപ്പെട്ടു. ഒരു പെൺകുട്ടിയെ ക്രൂരമായി കൊന്നത് തന്റെ മകനാണെന്നു പൊലീസുകാർ പറഞ്ഞപ്പോൾ വൃദ്ധൻ തളർന്നു പോയി. അയാൾ പരസഹായത്തോടെ എഴുന്നേറ്റ് നടന്നുനടന്നു ചെന്ന് മകന്റെ തോളിലും കഴുത്തിലും തപ്പിത്തടവി നോക്കിയിട്ട് കൈവീശി ആഞ്ഞടിച്ചു.

"നീ എന്താണു ചെയ്തത്."

അയാൾ തൊണ്ടപൊട്ടുമാറലറി. ക്രൂരന്മാരായ എല്ലാ പീഡകർക്കും ഇതു പാഠമാകട്ടെ എന്നു പറഞ്ഞുകൊണ്ട് കാണികൾ ആ വൃദ്ധപിതാ വിനെ അനുമോദിച്ചു. പാഞ്ഞെത്തിയ ചാനൽ റിപ്പോർട്ടർമാർ വിസ്മയ ദൃശ്യങ്ങൾ ഒപ്പിനടക്കുന്നുണ്ടായിരുന്നു. നാടോടികളുടെ കരച്ചിലും, ബഹ ളവും, നാട്ടുകാരുടെ പ്രതികരണങ്ങളുമൊക്കെക്കൂടി അവരെ ഹരം പിടി പ്പിച്ചു. ക്യാമറ നോക്കി തലയാട്ടുകയും, പല്ലിളിക്കുകയും, പറക്കുന്ന ഉമ്മ കൊടുക്കുകയും ചെയ്യുന്നവരെയും രാഷ്ട്രീയ, സാമൂഹ്യ പ്രവർത്തക രെയുമൊക്കെ വിട്ട് റിപ്പോർട്ടർമാർ കുറ്റവാളിയെ സമീപിച്ചു. നീട്ടിയ മൈക്രോഫോണുകളെ നോക്കി അയാൾ അക്ഷോഭ്യനായി നിന്നു. അച്ഛൻ അടിച്ച മുഖം പൊത്തിപ്പിടിച്ചുകൊണ്ട് താൻ ശിക്ഷയർഹിക്കു ന്നില്ലെന്ന് അയാൾ തീർത്തു പറഞ്ഞു. വ്യക്തിപരമായി സുഖം തേടാൻ അയാൾക്കു സ്വാതന്ത്ര്യമുണ്ടെന്നും ആ സുഖം പറ്റാൻ കഴിയാത്തവരാണ്

തന്നെ കുറ്റപ്പെടുത്തുന്നതും ശിക്ഷിക്കുന്നതുമെന്നും അയാൾ തുടർന്നു. അയാൾ ക്യാമരകളെ നോക്കി നിസ്സങ്കോചം ഇങ്ങനെ ചോദിച്ചു. നിങ്ങൾക്കും കഴിയില്ലെ ഇതൊക്കെ. അവനവന്റെ അവസരങ്ങൾ അവനവൻ തന്നെ സൃഷ്ടിക്കണം. നിങ്ങൾ അസൂയാലുക്കളാണ്.

ചാനലുകാർ അയാളെവിട്ട് മരത്തണലിൽ ഇരുന്ന വൃദ്ധന്റെ നേർക്കു തിരിഞ്ഞു. അവരിലൊരാൾ സ്നേഹത്തോടെ ചോദിച്ചു.

"സ്വന്തം മകൻ ഇങ്ങനെയൊരു ക്രൂരകൃത്യം ചെയ്തതിൽ താങ്കൾക്ക് മനസ്താപമുണ്ടോ?"

വൃദ്ധൻ കാഴ്ച നഷ്ടപ്പെട്ട കണ്ണുകൾ പൊത്തി. ചോദ്യം വീണ്ടും കേട്ടു.

"മകന്റെ ക്രൂരത സഹിക്കാനാവാതെയല്ലെ താങ്കൾ അയാളുടെ മുഖ ത്തടിച്ചത്. താങ്കളെപ്പോലൊരു പഴയകാല സാമൂഹ്യ പ്രവർത്തകനും വലിയ മനുഷ്യനും അയാളുടെ ക്രൂരപ്രവൃത്തിയിൽ...."

വൃദ്ധൻ തടഞ്ഞു.

"നിർത്തിൻ. ഞാനവനെ തല്ലിയത് അവൻ ഒരു വലിയ മായനാ യിട്ടാണ്. അവൻ എന്തിനു പിടികൊടുത്തു. എന്തുകൊണ്ട് ഒളിച്ചു പോയില്ല. എല്ലാം ഇനി ഒന്നെന്നു പഠിപ്പിക്കണോ."

കുറ്റിക്കാടും, അവിടെ മണ്ണിലെ ചുവന്ന നനവും കൃത്യമായി ഒപ്പി യെടുത്തിട്ട് ചതുപ്പുകുളത്തിലേക്കും, കരയ്ക്കെടുത്തിട്ട ഒരു ചെളിക്കുന യിലേക്കും അതിനടുത്ത് കാവലിരിക്കുന്ന നാടോടികളുടെ എലുമ്പൻ മുഖങ്ങളിലേക്കും, നിർവ്വികാരമായ നൂറുകണക്കിനു മുഖങ്ങളിലേക്കും നോക്കിനിന്നതിനു ശേഷം ചാനലുകാരുടെ ക്യാമരകൾ കണ്ണടച്ചു.

ഓ. വാർത്തയുടെ സമയമായല്ലോ.

ഒളിയുദ്ധങ്ങൾ

മഴ പെയ്യാൻ തുടങ്ങിയപ്പോൾ അയാൾ ജേക്കബ്ബിനെത്തന്നെ നോക്കിയിരിക്കുകയായിരുന്നു. കഴിഞ്ഞ പത്തു വർഷമായി തന്നെ ചുഴ്ന്നു നിന്ന മരണഭയം ഒഴിഞ്ഞു പോയതായി ജേക്കബ്ബ് ഇനിയും വിശ്വസിക്കു ന്നില്ലെന്നയാൾ കണ്ടുപിടിച്ചു. ദൗർഭാഗ്യം കൊണ്ട് പ്രസ്ഥാനം പിളരുകയും പരസ്പരം കൊല്ലുന്ന രണ്ടു ചേരികളിലാവുകയും ചെയ്ത ആ പഴയ കൂട്ടാളികളുടെ ഒത്തുചേരലായിരുന്നു അവിടെ. ബാറുടമ പ്ലാസ്റ്റിക് വള്ളികളും ഇലച്ചാർത്തുമുള്ള കൃത്രിമക്കൂടിൽ ഒരുക്കിയിരുന്നു. ജേക്കബ്ബിനെ കൊല്ലാൻ ഉത്തരവിട്ട നേതാവ് പ്രസ്ഥാനം വിട്ട് പ്രതിലോമകാരികളുടെ കുടെച്ചേർന്നെന്നും കൊലവിളി ഒരു കുമിളയായി അപമൃത്യു വരിച്ചെന്നും അയാൾ പറഞ്ഞു. പിന്നെ ഇങ്ങനെയും. നീ ചിരിച്ചേ, അങ്ങനെ. ഹാ..ഹാ.. കാരണം ചിരി ഒരു മരുന്നാണ്.

വിണ്ടു കീറിയ മനസ്സുകളിൽ സ്നേഹം മഴയായി പെയ്യാൻ തുടങ്ങി. ഓർമ്മയുടെ പതുപതുപ്പിൽ അവർ തെറ്റുകൾ ഏറ്റു പറയാൻ തുടങ്ങി. സാന്ത്വനിപ്പിക്കാനും. സ്നേഹം മഴയാണ്. മഴ ലഹരിയും. ജട കെട്ടിയ മുടിയിഴകൾ വിടർത്തിക്കൊണ്ടിരിക്കുന്ന ജേക്കബ്ബിന്റെ വിരലുകൾ കഴിഞ്ഞ ദിവസം വരെ തനിക്കെതിരെ കാഞ്ചിയിൽ അമർന്നിരിക്കുകയാ യിരുന്നെന്ന് അയാൾ ഓർത്തു. അയാൾ വീണ്ടും മദ്യം ഒഴിച്ചുകൊടുത്തു. പോയകാലം നമ്മുടേതല്ല. ഭാവിയിലേക്കു നോക്കൂ. നമുക്കിടയിൽ ശത്രു വില്ല. ഭൂതം ഒരു മിഥ്യയാണ്.

അയാൾ കൂടുതൽ വിവേകിയാകുന്നതു വിലക്കാനെന്നോണം സെൽ ഫോൺ ശബ്ദിച്ചു. ഇങ്ങോട്ടൊന്നും പറയരുത്. എല്ലാം അനുസരിച്ചാൽ മതി.

അയാൾക്കതു കഴിയുമായിരുന്നില്ല. വേണമെങ്കിൽ ഒരു കുപ്പി കൂടി വിഴുങ്ങിയിട്ട് ചുവന്ന കണ്ണുകളോടെ ഒരു പഴയ ഗാനം, ഒരു വിരഹഗാനം തന്നെ പാടി, ആ പ്ലാസ്റ്റിക് ഇലച്ചാർത്തുകളിൽ കണ്ണീർപ്പൂ വിരിയിക്കാൻ

അയാൾക്കു കഴിയുമായിരുന്നു. പത്തു വർഷം കാത്തിരുന്നത് ജേക്ക ബ്ബിനെ കൊല്ലാനല്ല, തിരിച്ചു കിട്ടാനായിരുന്നു. സെൽ ഫോൺ എന്തു പറഞ്ഞെന്ന് ജേക്കബ്ബ് ചോദിക്കാതിരിക്കാനായി അയാൾ വിഷയം മാറ്റി.

ജേക്കബ്ബ്, ആ പൊരിച്ച മുയലിറച്ചി കഴിച്ചില്ലല്ലോ. നിങ്ങൾ വല്ലാത്ത ഒരു കുടിയൻ തന്നെ.

ഞാനോർക്കുകയായിരുന്നു. ഭൂതകാലം അസത്യമാണെന്ന ചിന്ത ഭയാനകമാണ്. ചരിത്രത്തിലെ പിഴവുകൾ ആവർത്തിക്കപ്പെടാതിരിക്കാൻ ഈ ഐക്യപ്പെടലിലൂടെ നമുക്കെന്തു ചെയ്യാൻ കഴിയും?

ജേക്കബ്ബിന്റെ ചോദ്യം കേട്ട് അയാൾ നടുങ്ങി. അയാൾ സ്വയം ചോദിച്ചു. ഞാനെങ്ങനെ ഈ പാവത്തിനെ കൊല്ലും?

ജേക്കബ്ബ് അയാളുടെ വിയർപ്പും മണ്ണും കുഴഞ്ഞു പറ്റിയ കൈത്ത ലങ്ങളിലേക്കു ചാഞ്ഞ് ഉറക്കം പിടിച്ചു.

ജേക്കബ്ബിനു കൊതിച്ച സ്വാതന്ത്ര്യം കിട്ടിയെന്നയാളോർത്തു. സെൽ ഫോൺ വീണ്ടും വിളിച്ചു. പറഞ്ഞതു ചെയ്തില്ലെങ്കിൽ ശിക്ഷ ഒഴിവാ ക്കാനാവില്ല. അയാൾ ധ്യാനിക്കാൻ തുടങ്ങി. വേണം കൊല്ലാൻ ഒരു കാരണം. മദ്യം ഒരു പുതപ്പാവട്ടെ. അയാൾ അതണിഞ്ഞു.

(ജേക്കബ്ബ് കഴിഞ്ഞ പത്തു വർഷമായി നീ പ്രസ്ഥാനത്തിന്റെ ശത്രുവാണ്. നമ്മുടെ പ്രസ്ഥാനങ്ങൾ ഒന്നായതും പൊതു ശത്രുവുമായി രമ്യതയിലാ യതും വെടിനിർത്തൽ പ്രഖ്യാപിച്ചതും നേരായിരിക്കാം. നേര് എപ്പോഴും നേരായിരിക്കണമെന്നില്ലല്ലോ. അതുകൊണ്ട് പഴയ ഉത്തരവു നടപ്പാ ക്കേണ്ടതുണ്ട്.)

ഗ്ലാസ്സിലെ മദ്യം വീണ്ടും വിഴുങ്ങിയിട്ട് അയാൾ പിസ്റ്റളെടുത്ത് ജേക്ക ബ്ബിന്റെ ചങ്കിനു നേരെ കാഞ്ചി വലിച്ചു. ഒരാളെ കൊല്ലാൻ ഏറ്റവും നല്ല സമയം. അയാൾ ഒരു കുട്ടിയെപ്പോലെ സ്വപ്നം കണ്ടുറങ്ങുമ്പോഴാണ്. ദയനീയമായ, നിശ്ശബ്ദമായ ഒരു മരണം. സെൽഫോണെടുത്ത് അയാ ളലറുകയായിരുന്നു. എല്ലാം പറഞ്ഞതുപോലെ. ഓപ്പറേഷൻ സക്സസ്.

മേശപ്പുറത്തു കൂടി മദ്യം ഒഴുകിയൊഴുകി മാർബ്ബിൾത്തറയിലേക്കിറ്റു വീഴാൻ തുടങ്ങി. പ്ലാസ്റ്റിക് ഇലപ്പടർപ്പുകളിൽ ബാറുടമയുടെ മുഖം തെളിഞ്ഞു മാഞ്ഞു. ചാൽ കീറിയതു മദ്യമെന്നതു തോന്നലായിരുന്നു. ചോരയുടെ ചാൽ, മഴയായല്ല. നദിയായി പുളച്ചൊഴുകുകയായിരുന്നു. കൈയിൽ സെൽഫോണല്ല,ഒരുകറുത്തവിഷജീവി. അതയാളോടു പറയാൻ തുടങ്ങി.

ജേക്കബ്ബിന്റെ കൊലപാതകത്തിലൂടെ പ്രസ്ഥാനത്തിന്റെ ഐക്യ ത്തിനു തുരങ്കം വച്ച നിന്നെ പുറത്താക്കിയിരിക്കുന്നു. ഇനി ഞങ്ങളുടെ കുട്ടികൾ നിന്നെ കൈകാര്യം ചെയ്യും.

പിന്നെ ഉയിരുള്ള ചിരി.

പക്ഷേ വധിക്കാൻ ഉത്തരവിട്ടതു നിങ്ങളല്ലേ?

ചിരിമുഴക്കം വാക്കുകളായി.

അത് ആവശ്യമായിരുന്നു, നീ ഒരനാവശ്യവും.

അയാൾ കണ്ടു. ചോര നദിയാണ്. നദി ലഹരിയും സ്നേഹവുമാണ്.

ഒറ്റുകാരന്റെ റോളിൽ ശിക്ഷാവിധിയുടെ തലക്കുറിയും പേറി അയാൾ ഒളിജിവിതത്തിലേക്കു തന്നെ തിരിച്ചു പോയി.